நிலமெல்லாம் முள்மரங்கள்

ஜீவசிந்தன்

தமிழ்நாடு முற்போக்கு எழுத்தாளர்கள் கலைஞர்கள் சங்கம்
சிவகங்கை மாவட்ட குழு

NILAMELLAAM MULMARANGAL (in Tamil)

Jeevasinthan

First Published: October, 2018

Published by
BHARATHI PUTHAKALAYAM

7, Elango Salai, Teynampet, Chennai - 600 018
Email: thamizhbooks@gmail.com / www.thamizhbooks.com

நிலமெல்லாம் முள்மரங்கள் *(சிறுகதைத் தொகுப்பு)*

ஜீவசிந்தன்

முதல் பதிப்பு:அக்டோபர், 2018

வெளியீடு:

தமிழ்நாடு முற்போக்கு எழுத்தாளர்கள் கலைஞர்கள் சங்கம்,
சிவகங்கை மாவட்ட குழு

விற்பனை உரிமை

7, இளங்கோ சாலை, தேனாம்பேட்டை, சென்னை - 600 018
தொலைபேசி : 044-24332424, 24332924, 24356935

விற்பனை நிலையங்கள்

மதுரை: 37A, பெரியார் பேருந்து நிலையம் - 045 22324674
ஈரோடு: 39: 39 ஸ்டேட் பாங்க் சாலை - 9245448353
திண்டுக்கல்: பேருந்து நிலையம் - 9942331105, 9976053719
பழனி: பேருந்து நிலையம் அருகில் - 9442883696
திருப்பூர்: 447, அவினாசி சாலை - 9486105018
சேலம்: பாலம் 35, அத்வைத ஆஸ்ரமம் சாலை 0427 2335952
திருவல்லிக்கேணி: 48, தேரடி தெரு - 9444428358
வடபழனி: பேருந்து நிலையம் எதிரில் அடையார் ஆனந்தபவன் மாடியில் - 9444476967
பெரம்பூர்: 52, கூக்ஸ் ரோடு - 9444373716
திருவாரூர்: 35, நேதாஜி சாலை - 9442540543
சேலம்: 15, வித்யாலயா சாலை சாலை
திருநெல்வேலி: 25A, ராஜேந்திரநகர் - 9442149981
அருப்புக்கோட்டை: 31, அகமுடையார் மஹால் - 9994173551
மதுரை: சர்வோதயா மெயின்ரோடு
குன்னூர்: N.K.N வணிக வளாகம் பெட்போர்ட்
செங்கல்பட்டு: 1 D ஜி.எஸ்.டி சாலை - 044 27426964
விருதுநகர்: 131, கச்சேரி சாலை - 0456 2245300
கும்பகோணம்: 352, ரயில் நிலையம் எதிரில் - 9443995061
வேலூர்: பேஸ் III, சத்துவாச்சாரி - 9442553893
நெய்வேலி: பேருந்து நிலையம் அருகில், - 9443659147
தஞ்சாவூர்: காந்திஜி வணிக வளாகம் காந்திஜி சாலை - 9655542400
கோவை: 77, மசக்காளிபாளையம் ரோடு, பீளமேடு - 8903707294
திருச்சி: வெண்மணி இல்லம், கரூர் புறவழிச்சாலை - 9994289492
திருவண்ணாமலை: முத்தம்மாள் நகர்
நாகர்கோவில்: 699 கே.பி. ரோடு R.V.புரம் - 9443450111
சிதம்பரம்: 22A / 18B தேரடி கடைத் தெரு,
கீழவீதி அருகில் - 9994399347
கரூர்: நாரத கானசபா அருகில் (TNGEA OFFICE)- 9442706676

நினைத்த நூல்கள்... நினைத்த நேரத்தில்...

🔘 9444960935

அச்சு : கணபதி எண்டர்ப்பிரைசஸ், சென்னை - 600 002.

இவர்களின் இனிய நினைவிற்கு...

அப்பா அ.கோவிந்தசாமி
தோழர் சி.சுப்பிரமணியன்
புலவர் மூ.ச.சுப்பிரமணியன்
விஞ்ஞானி க.ரகுபதி

உள்ளடக்கம்

என்னுரை

ஊருக்கு கிழக்கிலும் வடக்கிலும் வயல் வெளிகள். மேற்கிலும் தெற்கிலும் புஞ்சைகள். எனக்குத் தெற்கு புஞ்சைகள் பிடிக்கும். எங்கள் புஞ்சைகள் தெற்கில். வானம் பாத்த விவசாயம்.

என் கதைகளில் புஞ்சைகளுக்குக் கூடுதல் இடமிருக்கும். பேய்களும், கோடாங்கிகளும் குறிசொல்லிகளும் புஞ்சை வாழ்க்கையின் கூட்டாளிகள்.

மழை கைகொடுத்தால் விவசாயத்தில் மிகு விருப்பம் கொள்வதும், பின் வாங்கினால் கசந்து வெறுப்பதும் சம்சாரிகளின் சுபாவம். எது எப்படி ஆனாலும், காடு கரைகளில் புல் பூண்டு முளைக்காமல், முள் மொடி அண்டாமல் உழுது கண்ணாடி போல் வைத்திருப்பான் விவசாயி.

கால மழை பெய்தால் ஐப்பசி, கார்த்திகையில் காடு மணத்துக் கிடக்கும். வரகும்-துவரையும், கம்பும் - மல்லியும், பருத்தியும் - மொச்சையும் என புஞ்சைப் பயிர்கள் பச்சையில் மின்னும்; செடிகள் வெள்ளையும், மஞ்சளுமாய் பூத்துக் குலுங்கும். இதுவெல்லாம் ஒருகாலம்.

இப்போ, சரியான மழை இல்லை. வெள்ளாமை விளைச்சல் இல்லை. மழை பெய்து விளைந்தாலும் கட்டுப்படியாகவில்லை. கவர்மெண்டும் கண்டு கொள்வதில்லை. வேறுவழி எதுவும் தெரியவில்லை.

நகரத்துக்கும் பிரதானச் சாலைக்கும் எட்டாத தூரத்தில் எங்கள் ஊர். வெள்ளைக்கல் ஊன்றும் வீட்டுமனை வியாபாரி எவன் பார்வைக்கும் படாமல். தப்பித்து ஒதுங்கிக் கிடக்கிறது. நிலமெல்லாம் முள்மரங்கள்.

பெருசுகளைப் பிரிந்து பிள்ளைகள் கிளம்பிவிட்டார்கள் பிழைப்புத் தேடி. எனது வசிப்பிடமும் நகர்ப்புறமாகிவிட்டது. இனி புதிய களங்களை மண்ணின் மணத்தோடும் பொருந்தும் மொழியோடும் கையில் எடுப்பேன்.

இதுவரை நான் எழுதிய மொத்தக் கதைகளும் இத்தொகுப்பில் அடக்கம்.

ஆரம்பம் தொடங்கி முதல் ஏழு ஆண்டுகளில் பதினான்கு கதைகள். பிந்தைய பதினெட்டு ஆண்டுகளில் மூன்று கதைகள் என்பது கணக்கு. காரணங்களை அடுக்கி எழுதாமைக்கு நியாயம் தேடும் விருப்பம் எனக்கில்லை.

ஒரு தொழிற் சங்க மாநாட்டு மேடையில் கதை சொல்வதற்காக, அரங்க ஆரவாரத்திற்கிடையே எழுதிய கதை 'அப்பாவின் கடைசி விருப்பம்'.

அன்றைய கல்லூரி மாணவன் இன்றைய பேராசிரியர் நண்பர் கி. பார்த்திப ராஜா அருகமர்ந்து தந்த உற்சாகத்தில் நான்கைந்து மணி நேரத்திற்குள் எழுதி முடித்த வேகத்தை மீண்டும் எட்ட முடியும் எனும் உறுதி மட்டும் இன்றும் இருக்கிறது.

எனது இலக்கிய வாசிப்பில், குறிப்பாக சிறுகதைப் படைப்புகளைத் தேடிப் படிக்கிற பழக்கம் இந்நாட்களில் அதிகமாகியிருக்கிறது. கதைகள் சொல்லப்பட்ட விதங்களையும், நுட்பங்களையும் கண்டடையும் விருப்பமிகுதியால் சிறுகதைகளின் உள்விவரங்களைப் பேசும் நூல்களின் வாசிப்பும் அதற்கு இணையாகி இருக்கிறது.

இனிவரும் நாட்களில் வீரியமிக்க படைப்புகளை என்னால் தர இயலும் எனும் நம்பிக்கையை இக்காலம் எனக்கு தந்திருக்கிறது.

காரைக்குடி   மிக்க அன்புடன்
                                                              ஜீவசிந்தன்
                                          jeevasinthan1959@gmail.com

இவர்கள் என் நன்றிக்கு உரியவர்கள்

* என்னை சிறுகதையில் செலுத்திய எழுத்தாளர் ஜெயந்தன்.

* தொடரும் இயக்கப் பணிகளுக்கிடையிலும் மலர்ந்த முகத்தோடு முன்னுரை வழங்கிய எங்கள் அன்புத்தலைவர் எழுத்தாளர் ச.தமிழ்ச்செல்வன்

* இந்நூல் வெளிவர ஆவன செய்து, அணிந்துரை தந்த நாடக செயல்பாட்டாளர் முனைவர் கி.பார்த்திபராஜா

* மெய்ப்புத் திருத்தம் செய்த கவிஞர் முனைவர் க.மோகன்

* கணினிப் பணிகளில் உதவிய கு.லெனின், குறள் பிரபாகரன், வ.நெல்சன் ஜீவா, வ.காரல் மார்க்ஸ்

* காணும் போதெல்லாம் 'எழுதலைனா காணாமப் போயிருவ' என எச்சரிக்கும் அன்புத் தோழர் எஸ்.ஏ.பி.

* பேசும் போதெல்லாம் 'எழுதுங்கண்ணா' என நினைவூட்டும் நண்பர் கவிஞர் மு.முருகேஷ்

* இன்று வரை மன் போக்கை வழிமறிக்காமல், இயன்றவரை என் எழுத்து - அமைப்பு பணிகளுக்கு ஒத்துழைக்கும் என் துணைவி மலர்க்கொடி உள்ளிட்ட குடும்ப உறுப்பினர்கள்.

* அன்பிற்கினிய சிவகங்கை மாவட்ட தமிழ்நாடு முற்போக்கு எழுத்தாளர் கலைஞர்கள் சங்க அனைத்துத் தோழர்கள்

* பரிசளித்த அமைப்புகள், பிரசுரித்த இதழ்கள், சொல்ல இடம் தந்த மேடைகள்

* எனது படைப்புகளை நூலாக்கிய பாரதி புத்தகாலயம்.

நல்ல திசையில் பயணிக்கும் கதைகள்

தோழர் ஜீவசிந்தனின் சிறுகதைத்தொகுப்புக்கு முன்னுரை எழுத நான் மிகுந்த மகிழ்வுடன் ஒப்புக்கொண்டேன். சிவகங்கை மாவட்டத்தில் தமிழ்நாடு முற்போக்கு எழுத்தாளர் சங்கத்தின் பணிகளை வேகத்துடன் முன்னெடுக்கும் கள நாயகனாக மட்டும் நான் அவரைப் பார்க்கவில்லை. தமிழக அரசின் போக்குவரத்துத் துறையில் ஒரு நடத்துநராகப் பல்லாண்டுகள் பணியாற்றிய ஓர் உழைப்பாளியாக, உழைக்கும் வர்க்கத்தின் போராட்டத் தளபதியாக ஓர் ஒளிமிகுந்த முகம் அவருக்குண்டு என்பதால் இம்முன்னுரையை எழுத உற்சாகத்துடன் முன் வந்தேன்.

சிவகங்கை வட்டாரத்தின் கிராமப்புற மக்களின் பாடுகளை அவர்களின் ஆற்றொழுக்கான மொழியில் கதைகளாக அவர் எழுதியிருக்கிறார்.

"ஒரு பேய் கலெக்டரைச் சந்திக்கிறது" என்று முதல் கதையின் தலைப்பிலேயே ஒரு எதிர்பார்ப்பை உருவாக்குகிறார். இன்றைக்கும் உடல்ரீதியான எந்த ஒரு குறைபாட்டுக்கும் வியாதிக்கும் "பேய் பிடிச்சிருக்கு" என்கிற ஒரே காரணத்தைச் சொல்லி பேய்விரட்ட ஏற்பாடு செய்யும் அறியாமையில் வாழும் கிராமத்து சனங்களை கவலையோடும் அக்கறையோடும் சரியான விமர்சனத்தோடும் அறிமுகம் செய்கிறார். மீனாட்சி என்கிற, தந்தையின் எதிர்பாரா மரணத்தால் படிப்பைப் பாதியில் விட நேர்ந்த பெண்ணுக்குப் புகுந்த வீட்டில் பிள்ளை இல்லாத குறைக்குப் பேய்தான் காரணம் என்று நம்பி பேயை விரட்டுகிறார்கள். உள்ளுக்குள் அழுதுகொண்டும் அறியாமை கண்டு சிரித்துக்கொண்டும் அவள் இம்மக்களை எப்படிக்கடைத்தேற்ற என்கிற யோசனையுடன் பேயாடிக் கொண்டிருக்கிறாள். எல்லாம் சொல்லி முடித்து ஊருக்கு வெளியே பேயை விரட்டும் கட்டத்தில் அடித்த உடுக்கோடும் படை பரிவாரங்களோடும் அருகிலிருக்கும் நகரத்தில் குடிகொண்டிருக்கும் மாவட்ட ஆட்சியரைப் பார்த்து இந்த மக்களை மூட நம்பிக்கையிலிருந்து விடுவிக்கத் தலையீடு செய்ய வற்புறுத்தப் போகிறாள்.

குடிக்கெதிரான உணர்வை, ஒரு குடித்துக் கெட்டழிந்த ஓர் ஆண் மகனின் பார்வையில் வித்தியாசமாகச் சொல்லும் கதை புதிய வெளிச்சம். சாதிச்சங்கத்துக்காக அல்லும் பகலும் பாடுபடும் ஓர் எளிய மனிதன் சாதிச் சங்கத் தலைவரை நகரத்தின் ஓங்கி உயர்ந்த கட்டிடங்கள் நிறைந்த பகுதியில் தேடிக்கண்டுபிடித்து அவரின் உண்மையான முகத்தைத் தரிசித்து வெறுப்புடன் திரும்புகிறான் சாதியின் சாதி என்கிற கதையில்.

பட்டம் படித்து வேலைக்குக் காத்திருக்கும் நாகரிக இளைஞனுக்கு யாரைப்பார்த்தாலும் படிச்ச எம்மவனுக்கு வேலை வாங்கிக்கொடுங்க என்று காலில் விழும் பெத்த அப்பனைக் கண்டாலே பிடிக்கவில்லை. அப்பனின் சாவில்தான் அவரின் அருமை புரியத்துவங்குகிறது. கிராமத்திலேயே அப்பன் வழியில் உடல் உழைப்புக்குத் தயாராகும் இளைஞனின் மனநிலையே "அப்பாவின் இடம்" கதையின் மையக்கரு.

மழை தண்ணி இல்லாமல் பயிர் பச்சை விளையாமல் காய்ந்து கிடக்கும் ஊரின் மீது வெறுப்புக்கொள்ளும் காத்தமுத்துவின் மனநிலை ஊரைத்தலை முழுகிட்டு வெளியூர் போய் பிழைக்கும் முடிவை நோக்கி நகர்ந்துகொண்டிருக்கிறார். எதைப்பார்த்தாலும் வெறுப்பாக இருக்கிறது. அதே காத்தமுத்துவின் மனநிலை ஒரு மழை வரவும் எப்படி நம்பிக்கையான மனநிலைக்கு மாறுகிறது என்பதைச் சொல்லும் கதை "வானம் பார்த்த மனசிலே". வானம் பார்த்த பூமியைப்போல விவசாயியின் மனமும் ஒரு துளி மழைநீருக்காகக் காத்திருக்கும் துயரத்தை உணர்ச்சிமிக்க கதையாக வடித்திருக்கிறார்.

தாமஸ் வாத்தியாருடன் "ஓடிப்போன" தன் மகள் உமையாள் மீதும் அந்த வாத்தி மீதுமான கோபத்திலும் ஊர்ச்சனம் தன் சாதி சனம் என்ன பேசுமோ என்கிற அச்சத்திலும் வீட்டுக்குள் முடங்கிப்படுத்திருக்கும் விசாலம் என்கிற தாயின் மனதைச் சுற்றிப் பின்னப்பட்ட கதைதான் விசாலம். கதையின் முடிவில் அவள் மனம் உண்மையிலேயே விசாலமாகி விடுகிறது. கேட்பாரற்ற தன் வாழ்க்கையில் சாதியும் சனமும் என்ன வந்து கைகொடுத்தது என்கிற புள்ளியிலிருந்து அவள் மனக்குதிரை பின்னோக்கி நகரத்துவங்கி விடுகிறது.

'அப்பாவின் கடைசி விருப்பம்' என்கிற கதை வேலை வாங்கித் தருவதாகச் சொன்ன அரசியல்வாதியிடம் பணம் கொடுத்து ஏமாந்த ஒரு தகப்பனின் கதை. இருபது ஆண்டுகளுக்குப் பிறகு கிராமத்துக்கு விஜயம் செய்யும் சின்னச் சாமி புறவயமாக வீடுகளும் தெருக்களும் வளர்ந்திருந்தாலும் அகவயமாக அனைத்து அறங்களையும் ஊர் இழந்து நிற்கும் சோகத்தைக் கண்டு மனம் வெதும்புகிறார்.

பிறந்து வளர்ந்து வாழ்ந்த ஊரைவிட்டு நிரந்தரமாகப் பிரியும் கிழவியின் சோகத்தில் அவளை வெறுத்தொதுக்கிய ஊரும் பங்கேற்கும் கதை பிரிவு.

தன்னுடைய ஆசிரியரான அண்ணாமலை சாரிடம் தான் ஓட்டுநராக நல்லபடியாக வாழ்வதைப் பேச ஆசைப்பட்டு தயக்கத்தின் காரணமாக கடைசி வரை பேசாமலே போய் அவர் இறந்து கிடக்கும் வீட்டு வாசலில் பஸ்ஸை நிறுத்திக் கையை உயர்த்திக் கும்பிட்டு மனதைத் தேற்ற முயலும் ஓர் ஏழைத்தொழிலாளியின் மனக் குமுறல்களைப் பதிவு செய்திருக்கும் நிறுத்தம் கதை வரை 17 கதைகளின் தொகுப்பாக இந்நூல் வடிவம் பெற்றிருக்கிறது.

ஒவ்வொரு கதையும் இன்றைய வாழ்வின் ஓர் அவலத்தை முன் வைத்தே பின்னப்பட்டிருப்பதும் அதில் சமூக அக்கறை மிளிர்வதும் இத்தொகுப்பின் பலம். பல கதைகள் (நீர் விளையாட்டு உள்ளிட்ட) உண்மையில் நடந்த சம்பவங்களின் பின்னணியில் எழுதப்பட்ட கதைகள்.

வெறும் சம்பவங்களை அடுக்கிச் செல்லும் கதை சொல்லியாக அல்லாமல் சம்பவங்களுக்கு ஊடாக அலைவுறும் மனித மனங்களின் வாதையைப் பதிவு செய்ய முயன்றிருக்கும் ஜீவசிந்தனின் நுட்பமே இத்தொகுப்பின் முக்கியமான சாராம்சம். விசாலத்தின் மனம் இக்கரையிலிருந்து அக்கரைக்கு மாறுவது, ஒரு துளி நீரில் அவநம்பிக்கை அலையடிக்கும் மனசை நம்பிக்கையை நோக்கி நகர்த்தும் காத்த முத்து, அப்பாவின் சாவு என்னும் அதிர்ச்சியில் மேனாமினுக்கியான மனதை உடல் உழைப்புக்குத் தயாராக்கும் இளைஞன் என புறச்சூழல் அகத்தில் ஏற்படுத்தும் மாற்றங்களைப் பேச முற்படுவதே ஒரு நல்ல சிறுகதையாளனின் அடையாளம்.

கதை சொல்வதல்ல, கதையின் வழி எதை உணர்த்துகிறோம் என்பதே சிறுகதைக்கு முக்கியம். அது ஜீவசிந்தனுக்குப் பிடிபட்டிருக்கிறது. அத்திசையில் இன்னும் தீர்மானகரமாக அவர் நடைபோட வேண்டும்.

இத்தொகுப்பின் மிகச்சிறந்த கதை என தலைப்புக்கதையான 'நிலமெல்லாம் முள் மரங்கள்' கதையைச் சொல்லலாம். விவசாயத்தை விட்டுவிட்டு மகனோடு நகருக்குப் பிழைக்கப்போன வேலுச்சாமி நீண்ட இடைவெளிக்குப் பின் ஊர் திரும்பி தன் புஞ்சைகளைப் பார்க்கப்போகிறார். புஞ்சைவெளியெங்கும் முள் மரங்கள் மண்டிக்கிடக்க, தன் பாதை மறந்து நிகா தெரியாமல் முள் காட்டுக்குள்

சிக்கி ஊர் திரும்ப வழியின்றி ராவெல்லாம் காட்டுக்குள் விழுந்து கிடக்கும் கதை மிக முக்கியமான குறியீட்டுக்கதையாக மிளிர்கிறது. நாட்டை ஆள்பவரின் கொள்கைகளால் விவசாயிகள் இன்று போகும் வழி தெரியாமல் திக்குத் தெரியாமல் திகைத்து நிற்கும் அவலத்தை இதைவிட அழுத்தமாகச் சொல்ல முடியுமா?

கதைகளில் இன்னும் கலைநுட்பம் கைகூட அவர் செய்ய வேண்டிய காரியங்கள் பல உண்டு. தொடந்து பேசுவோம். தொடர்ந்து பயணிப்போம். - இணைந்து.

வாழ்த்துக்கள்.

தோழமையுடன்,

ச.தமிழ்ச்செல்வன்

கருவக்காட்டுப் பூமியின் கதைசொல்லி

ஒ ரு மாணவனாகக் கல்லூரியில் நான் அடியெடுத்து வைத்த நாட்களில் எனக்கு அறிமுகமானவர் ஜீவசிந்தன். அரசுப் போக்குவரத்துக் கழகத்தில் நடத்துநராகப் பணி, ஆழமும் விரிவும் கொண்ட இலக்கிய வாசிப்பு, எதையும் நுட்பமாகப் பார்க்கும் கருத்துக் கூர்மை, பொட்டி சட்டிகளோடு அடித்துப் பிடித்துக் கொண்டு பேருந்தில் ஏறும் எளிய சனங்களை நிபந்தனைகளற்று நேசிக்கும் மெல்லிய மனம், மண்ணின் ஈரத்தை, மனிதர்களின் இயல்பை அட்சரம் பிசகாமல் எழுத்தில் வடிக்கும் லாவகம் என ஜீவசிந்தன் என்னை ஈர்த்திருந்தார்.

கண்ணில் ஊறும் தண்ணீர் மண்ணில் ஊறாத, காற்றில் உள்ள ஈரத்தையே உறிஞ்சிக் குடித்து வளர்ந்துவிடும் கருவேல மரங்கள் அடர்ந்து கிடக்கிற கருவக்காட்டுப் பூமியில் உழலும் எளிய மனிதர்களின் மீதான அளவற்ற நேசமே எழுத்தாளராக ஜீவசிந்தனைப் பிரசவித்தது. இரத்தமும் சதையுமான அந்த நேசத்தை எழுத்தின் வழியாக இறக்கி வைக்கிறார் ஜீவசிந்தன். இத்தொகுப்பில் இடம்பெற்றுள்ள பதினேழு கதைகளும் அதற்கான சாட்சியங்களாக அமைகின்றன.

இத்தொகுப்பில் உள்ள சில கதைகளை ஜீவசிந்தன் எழுதுவதற்கு முன்னரே என்னோடு பகிர்ந்து கொண்டிருக்கிறார். கதைகள் கருக்கொள்ளும் தருணங்களையும் அதனை எழுத்தாளன் எவ்வாறு தனக்குள் செதுக்கிக் கொள்கிறான் என்பதையும், அக்கதைகளை வெளிப்படுத்துவதற்கான சரியான மொழிக்காக அவன் அடையும் அவஸ்தைகளையும் அருகிருந்து பார்க்கும் வாய்ப்பு எனக்குக் கிடைத்திருக்கிறது.

சில கதைகளைக் 'கலை இலக்கிய இரவு' மேடைகளில் ஜீவசிந்தன் சொல்லியிருக்கிறார். அவரது எழுத்தில் வெளிப்படும் எளிமையும் சத்தியமும் கொஞ்சமும் குறைவுபடாமல் கதையைச் சொல்லுவதிலும் அவர் சமர்த்தர். இராமநாதபுரம் மற்றும் செட்டிநாட்டு மொழி வழக்கில் அவர்கதைகளை விவரிக்கும் போது, நம்முன் ஒரு கிராமத்து மண்சாலை விரிந்து நீளுவதை நாம் உணரலாம். அரக்கும் வெள்ளையுமான சிறு பூக்களைச் சிந்தும் புங்க மரத்தின் நிழல் நம்மீது படியும். புரட்டி

உழப்பட்ட வயல்வெளிகளிலிருந்து மெலிதான மண்வாசனை நம் நாசிகளைத் தழுவும். மீசையை முறுக்கி ஏற்றிய வேலுச்சாமிகளும், நளினமான பூமயிலுகளும் நம்மைப் புன்னகையோடு கடந்து போவார்கள்.

ஜீவசிந்தன் கதைகளைச் சொல்லும் முறையிலும் அவருடைய கதைக்களங்களின் தனித்தன்மையிலும் பல முறை வசீகரிக்கப்பட்டிருகிறேன். ஜீவசிந்தனின் மனதில் கிடக்கும் கதைகளில் பலநூறு கதைகள் இன்னும் எழுதப்படாமலேயே கிடக்கின்றன. வாழ்க்கை ஜீவிதத்துக்கான போக்குவரத்துக்கழகப் பணி, தொழிற்சங்கப் பணிகள், எழுத்தாளர் சங்கப் பணிகள், குடும்பத்துக்கான பணிகள் என பல்வேறு பணிச்சுமைகளால் இவர் அரிதாக எழுதுகிறாரோ என்று எண்ணத் தோன்றும். ஆனால் புத்தக வாசிப்புக்கு அவர் ஒதுக்கும் நேரத்தைக் கணக்கிட்டால், மேற்குறித்த பணிகள் அவரை ஒரு தொடர்ச்சியான செயல்பாட்டாளராக வைத்திருக்க உதவுகின்றன என்பதைக் கண்டுகொள்ளலாம்.

இத்தொகுப்பில் இடம்பெற்றுள்ள பெரும்பாலான கதைகள் விவசாய நிலத்தையும் அதில் வதியும் விவசாயிகளின் வாழ்க்கையையும் நுட்பமாகப் பேசுகின்றன. விவசாயம் சார்ந்த கிராமத்து மக்களின் வாழ்க்கை அவலங்கள், ஆவலாதிகள், துன்பங்கள், துயரங்கள் ஆழமாகப் பேசப்படுகின்றன ஜீவசிந்தனின் கதைகளில்.

சமூக அக்கறை கொண்ட, தான் வாழும் மண்ணையும் மக்களையும் நேசிக்கின்ற ஜீவசிந்தனின் கதைகளின் பாடுபொருள் பல நிலையின. ஆனால் அவை மையங்கொள்ளும் ஒரு புள்ளி, மாந்த நேயம் எனும் ஒற்றைப்புள்ளி.

வானம் பார்த்த பூமியில் மனசு வறண்டு போன காத்தமுத்து என்னும் விவசாயி, மழைத்துளியைக் கண்டதும் வாழ்க்கையில் நம்பிக்கை பெறும் கணத்தை ஜீவசிந்தன் விவரிக்கும் அழகே அழகு. மழை விவசாயிக்குத் தரும் நம்பிக்கை அளவற்றது. அதனைத் தன் எழுத்தில் 'வானம் பார்த்த மனசிலே' என்னும் சிறுகதையில் அற்புதமாக வடித்திருக்கிறார் ஜீவசிந்தன்.

கிராமங்களில் கருவை முள்மரங்களின் ஆதிக்கத்தின் அவலத்தைச் சொல்லுகிறது 'நிலமெல்லாம் முள்மரங்கள்' சிறுகதை. கிராமங்களில் மனித உறவுகள் பின்னப்பட்டுள்ள நெருக்கத்தையும் முரணையும் மிக அழகாகச் சித்தரிக்கின்றன, 'பிரிவு', 'வளர்ச்சியின் தேய்மானம்' என்னும் இரு சிறுகதைகளும்.

கிராமங்களின் மூடநம்பிக்கைகள், அறியாமைகள் குறித்துப் பேசும் 'ஒரு பேய் கலெக்டரைச் சந்திக்கிறது' என்னும் சிறுகதையும், 'காவுகள்' என்னும் சிறுகதையும் கலைநயத்துடன் மொழியப்பட்டிருக்கின்றன.

சாதியத்தின் கொடூர முகத்தைச் சித்தரிக்கிறது 'உயிருக்கு உயிர்' சிறுகதை. சாதியத்தின் பொருளாதார அளவுகோல்கள் அளவிடமுடியாதது. அதன் சூக்குமம் எளிய சனங்களால் புரிந்து கொள்ளப்பட முடியாததாகவே இருக்கின்றன என்பதை எடுத்துக்காட்டுகிறது 'சாதியின் சாதி' சிறுகதை.

அப்பாக்களுக்கும் மகன்களுக்கும் இடையே உள்ள உறவின் நுட்பத்தையும் முரணையும் சித்தரிக்கின்றன 'அப்பாவின் இடம்', 'கடன்' சிறுகதைகள். குடிப்பழக்கத்திலிருந்து மீள நினைக்கும் ஒருவனின் எண்ண அலைகளாக விரியும் சிறுகதை 'புதிய வெளிச்சம்'.

பழமை வாதம் புதிய வாழ்க்கையை அங்கீகரிக்கும் கால மாற்றத்தைப் பேசும் சிறுகதை 'விசாலம்'. ஜெயகாந்தனின் 'யுகசந்தி'யை நினைவுபடுத்தும் சிறுகதை இது. தனது மகளின் சாதிமீறிய காதலின் நியாயத்தைப் புரிந்து கொள்ளும் தாயின் எண்ணவோட்டத்தை மிகவும் நேர்த்தியாகப் படம்பிடித்துக் காட்டுகிறார் ஜீவசிந்தன்.

சனவேலி பேருந்து விபத்தின் கோரத்தை அடிப்படையாகக் கொண்டு, ஒரு அற்புதமான கதையைப் படைத்திருக்கிறார் ஜீவசிந்தன். 'நீர்விளையாட்டு' என்னும் அக்கதை, பேருந்தில் அக்காவாக அறிமுகமாகும் ஒரு பெண்ணின் குழந்தைகளுக்கும் ஒரு சிறுவனுக்குமான உணர்வுப்பூர்வமான உறவுநிலையைக் குறித்துப் பேசுகிறது. ஆசிரியர் இறந்து போன நாளில் அவருடைய நினைவுகளில் திளைக்கும் ஒரு பேருந்து ஓட்டுநரின் நினைவில் விரிகிறது 'நிறுத்தம்' சிறுகதை.

போக்குவரத்துத் துறையில் பணியாற்றிய ஜீவசிந்தனின் இத்தொகுப்பில் உள்ள பதினேழு கதைகளில் ஒன்றுகூட அவரது பணிசார்ந்த அனுபவத்தைப் பதிவு செய்யவில்லை. ஒரேஒரு கதைதான் பேருந்து ஓட்டுநர் ஒருவரின் மன ஓட்டத்தைப் பேசுவதாக அமைகிறது. அதுவும்கூட பேருந்து ஓட்டுநராகப் பணிபுரியும் ஒருவருக்கும் அவருடைய பள்ளிக்கூட ஆசிரியருக்குமான உறவைக் குறித்துப் பேசுகிறது.

ஜீவசிந்தன் தனது போக்குவரத்துத்துறை பணி சார்ந்த அனுபவங்களைமிக நுட்பமாக எழுத இயலும். அந்தக் களம் இதுவரை தமிழ் புனைகதைப் பரப்பில் மிகுதியும் பேசப்படாத பகுதி என்பது

என்னுடைய அசைக்க முடியாத நம்பிக்கை. 'உங்களுடைய பணி அனுபவங்களை அடிப்படையாகக் கொண்டு ஒரு நாவல் எழுதுங்கள்' என நான் பலமுறை ஜீவசிந்தனை வற்புறுத்தியிருக்கிறேன். இந்தச் சிறுகதைத் தொகுப்பு வெளிவரும் வேளையிலும் எனது பெருவிருப்பத்தை மீண்டும் வலியுறுத்திக் கூற விரும்புகிறேன்.

செம்மலர், தீக்கதிர் என இடதுசாரி இதழ்களில் மிகுதியும் வெளிவந்தவை. வெளிவந்த காலத்தில் பல்வேறு படைப்பாளிகளால் பாராட்டப்பட்டவை என்ற பெருமையும் இக்கதைகளுக்கு உண்டு. இக்கதைகள் 25 கால ஆண்டுகளின் இடைவெளியில் எழுதப்பட்டவை. அவை இப்போது தொகுக்கப்பட்டு நூலாக்கம் பெறுவதில் மிகுந்த மகிழ்ச்சியடைகிறேன்.

தமிழின் ஆகச்சிறந்த புனைகதைப் படைப்பாளிகளை மட்டுமல்ல, இன்றைக்கு எழுத்துக்களத்துக்கு வந்திருக்கும் புதிய படைப்பாளிகளையும் முழுவதுமாக வாசித்தவர் ஜீவசிந்தன். அதனால், சிறுகதைப் படைப்பின் உள்விவகாரங்கள் பற்றிய ஏராளமான தகவல்களும் நுட்பமான அவதானிப்பும் அவரிடம் உண்டு.

இளம் சிறுகதைப் படைப்பாளியாக நான் வெளிப்பட்ட காலத்தில் எனது எழுத்து முறையைச் செதுக்கியதில் ஜீவசிந்தனுக்குப் பெரும்பங்கு உண்டு. எழுதுகோலெடுத்து அகரத்தின் தொடங்கியிருக்கும் இளம் படைப்பாளிகளிடமும் ஜீவசிந்தனின் கரிசனை அதிகமிருக்கும்.

சிவகங்கை மாவட்டத்து இளம் படைப்பாளிகளின் படைப்புகளைத் தேடிப்படித்து, அவர்களது இல்லத்துக்கே சென்று பாராட்டி உற்சாகப்படுத்தும் விரிந்த மனம் ஜீவசிந்தனுடையது. ஒருகதை எழுதியவனுக்குக்கூட அள்ளிக் கொடுப்பதற்கு அன்பையும் பாராட்டையும் தனக்குள் பொதிந்து வைத்திருப்பார் அவர்.

அப்படியான ஒரு நினைவு எனக்குள் இன்னும் பசுமையாக இருக்கிறது. ம.நடராசன் நடத்திய 'தமிழரசி' இதழில் ஒரு சிறுகதைப்போட்டி. மாநில அளவில் பரிசு பெற்றவர் காரைக்குடிக்கு அருகில் உள்ள கோட்டையூரைச் சேர்ந்த ஒரு கல்லூரி மாணவி. கதையைப் படித்துச் சிலாகித்தோம் நாங்கள். 'நல்லா எழுதியிருக்காங்கல்ல?' என்றேன் நான். நேரில் பார்த்துப் பாராட்டி வரலாம் என்று எங்களை அழைத்துக் கொண்டு புறப்பட்டார் ஜீவசிந்தன். எங்களுக்குத் தயக்கம். எப்படி எதிர்கொள்வார்களோ என்று. அசரவில்லை ஜீவசிந்தன். 'அட நல்லா எழுதியிருக்கிற ஒரு

படைப்பாளியை நேரில் பார்த்துப் பாராட்டத்தானே போறோம்... வாங்க' என்று அழைத்துக் கொண்டு போய்விட்டார்.

சிறுகதைப் படைப்பாளியான அந்த மாணவிக்கு மட்டுமல்ல, அவர் குடும்பத்தார்களுக்கே வியப்பு. பதட்டத்தில் அவர்கள் சரியாக உபசரிக்கக்கூட இல்லை. ஜீவசிந்தன் அதையெல்லாம் பொருட்படுத்தவில்லை. 'உங்கள் கதையைப் படிச்சோம் அம்மா...' என்று ஆரம்பித்து, அந்தப் படைப்பின் மேன்மைகளை அற்புதமாக எடுத்துச் சொல்லிப் பாராட்டினார். நாங்கள் ஜீவசிந்தனை வியப்போடு பார்த்துக் கொண்டிருந்தோம். 'நல்லாயிருக்கு' என்பதற்குள் இத்தனை விஷயமிருக்கிறதா என்று.

அந்தச் சந்திப்புத் தந்த உற்சாகத்தில் பல கதைகளை எழுதியதாக பின்னாளில் அந்தப் படைப்பாளி சொன்னார். அதுதான் ஜீவசிந்தன்.

தமிழ்நாடு முற்போக்கு எழுத்தாளர்கள் கலைஞர்கள் சங்கத்திற்குள் ஜீவசிந்தன் ஈர்த்திருக்கும் படைப்பாளிகளின் பட்டாளமே அதற்குச் சான்று. ஜீவசிந்தன் தனிமனிதரல்ல; இயக்கம்.

மானுட மேன்மையையும் அதன் விகாசத்தையும் கூடவே அதன் சல்லித்தனத்தையும் பதிவு செய்துள்ள ஜீவசிந்தனின் கதைகளிலிருந்து கற்றுக்கொள்ள ஏராளம் உண்டு. கற்றுக்கொள்வோம்.

தோழமையுடன்,

கி.பார்த்திபராஜா

மாநிலக்குழு உறுப்பினர், த.மு.எ.க.ச

பேராசிரியர், தூய நெஞ்சக் கல்லூரி

திருப்பத்தூர், வேலூர் மாவட்டம்.

ஒரு பேய் கலெக்டரை சந்திக்கிறது

அந்தப் பெண், பேயாகி நடந்தாள். சீறிப் பாய்ந்து சினம் பொங்க நடந்தாள். நடையும், ஓட்டமுமாய் மாறி மாறி வேகம் கூட்டினாள். ஒரு கை தலையில் கல் பற்றி மறு கை வீசி நடந்தாள். மாராப்பை கச்சிதமாய் போட்டு இடுப்பை இறுகச் சுற்றிய சேலைக்கட்டு, கணுக்காலில் ஏற்றி முழங்காலில் இறக்கி அவளின் வேகம் தடைபடாவிதத்தில் அமைந்திருந்தது. தலைமுடி அவிழ்ந்து புரள, நெற்றியிலே அப்பிய குங்குமம் வியர்வையில் இரத்தம்போல் வழிந்தோட, ஒரு கோரத் தோற்றமாய் நாக்கைத் துருத்தி ஆவேசமாய் நடந்தாள்.

பேயோட்டும் பூசாரி 'உடுக்கை' கையில் ஏந்தி தொந்தி குலுங்க எகிறி, எகிறி நடந்தார். நடைக்கு ஏற்றவாறு தலைமுடி சிலுப்பி, ஆட்டுத்தாடி அசைந்தது. உத்திராட்ச மாலை கழுத்தில் புரண்டது.

ஐந்தாறு இளவட்டங்கள் கையில் சேவல், சட்டி சகிதம் பின் தொடர்ந்தார்கள். இரண்டு சாமியாடிப் பெண்களும் உடன் சென்றார்கள்.

'அடியாத்தி.. பேய் என்ன வேகமா போகுது? ஒன்னா... இரண்டா... நாலு பேய் சேர்ந்து பாய்ச்சல்ல போகுது.'

மீனாட்சிக்கு நான்கு பேய்கள் பிடித்திருந்தன.

அவளுக்கு கல்யாணமாகி ஒரு வருடமாகவே குழந்தை உண்டாகவில்லை. இத்தனை பேய்கள் பிடித்திருந்திருந்தால் எப்படி குழந்தை பிறக்கும்...?

ஊர்க் கிழவிகளும், பெண்களும் இதுதான் குறையென சொல்லிவந்தார்கள். கல்யாணமாகி நான்கைந்து மாதத்திலிருந்தே இதே பேச்சுத்தான்.

இந்த சுத்துப்பட்டி கிராமத்துப் பெண்களுக்கு ஏதாவது ஒரு பேயேனும் பிடித்து பின் நிவர்த்தி செய்திருப்பார்கள். காய்ச்சல், சளியால் முகம் சோர்ந்திருந்தால் கூட பேய்தான் காரணமாக இருக்கும்.

லேசானது என்றால் பூசாரி திருநீறு போட்டு தாயத்துக் கட்டுவார். பலமாகப் பிடித்திருந்தால் உடுக்கடித்துப் பேயாடச் செய்து விரட்டுவார்.

ஊரில் பெண்கள் தண்ணீர் எடுக்க, விறகு பொறுக்க, களை வெட்ட என்று வேலைத்தளங்களுக்குப் போகும் போதெல்லாம் பேயைப் பற்றி விதவிதமாகப் பேசுவார்கள். கிழவிகளைச் சுற்றி உட்கார்ந்தால் பேய் குறித்து பெரிய வியாக்கியானமே நடக்கும். சின்னக்குழந்தைகள் - குமரிப்பெண்களெல்லாம் வாய் பிளந்து கேட்டுக் கொண்டிருப்பார்கள். அவர்கள் சொல்லும்விதமே கேட்பவரை பயத்தில் ஆழ்த்துவது போல் இருக்கும். தங்களுக்கும் அப்படி இருக்குமோ என்பதைப் போன்ற உணர்வு பிறக்கும்.

மீனாட்சியின் மாமியார் எந்த நேரமும் அழுது புலம்பிக் கொண்டிருந்தாள். இவளைப் பிடித்த பேயை விரட்டா விட்டால் தன் மகனையும் தாக்கும் எனச் சொல்லி தொந்தரவு செய்தாள்.

சூழ்நிலை மீனாட்சியை பேயாடும் களம் நோக்கிப் பின்னிருந்து தள்ளியது. காளிக்கு பலியிட இழுத்து வரும் ஆட்டைப் போல் கொண்டு வரப்பட்டாள்.

பூசாரி...

'க்கும்' என தொண்டையை செருமிக் கனைத்தார்.

'என் அய்யன் கரையோர தெய்வமே...!'

'எனைக் காத்து வரும் கடவுளே...

ஊர்காக்கும் அய்யா முனியப்ப சாமியே...!'

என தன் குல தெய்வம் முனியப்பசாமியை துணைக்கழைத்துக் கொண்டிருந்தார். "பம்... பம்பம்... பம்... பம்பம்..." என உடுக்குச் சத்தம் இசைத்துக் கொண்டிருந்தது. பெரிய இரும்புக் கரண்டியிலிருந்த கங்கில் போடப்பட்ட சாம்பிராணிப் புகை கரிமூட்டத்திலிருந்து வருவதுபோல் எங்கும் பரவியது. ஆண்களும், பெண்களும் குழந்தைகளுமாக கூடியிருந்தார்கள்.

"ம்... அப்படிப் போயி பூசாரி முன்னால கால சம்மணம் கூட்டி உக்காரு. நம்ம குலசாமி காட்டுக் கருப்பாயிய ஓம் மனசுல நெனைச்சுக்க" நடு வயதுப் பெண் ஒருத்தி மீனாட்சியை இயக்கிக் கொண்டிருந்தாள்.

"அட! நாட்டாரு ஓடையாம்
நடு மதிய நேரமாம்... ம்
வெறும் வயிற்றில் சாராயம்
குடித்துவிட்டு..."

ராகமாகப் பாடி பேய்கள் ஒவ்வொன்றாக கூப்பிடத் தொடங்கினார் பூசாரி.

"பம்... பம்பம்... பம்... பம்பம்..." என உடுக்கடி முழங்கியது.

பெண்கள் குலவையிட்டார்கள்.

உட்கார்ந்திருந்த ஆண்கள், "தண்ணன்ணன்ணே... தாணாணே... ணன்ணன்ணன்ணே" சொல்லி கை தட்டி உற்சாக மூட்டினர். சாம்பிராணிப் புகையை அதிகப்படுத்தி விசிறி விடப்பட்டது. ஏதும் புரியாத வெறி உணர்வோடு தலையைச் சுற்றி ஆட வேண்டுமெனத் தோன்றும் இசையின் சேர்க்கைகள்.

'ம். ஆடு...' பூசாரி இடையிடையே மிரட்டினார். ஒரு மணி நேரமாக குலவை ஒலி... தண்ணாணே... கைத்தட்டு... பம்... பம்... எல்லாம் நடந்தன. பூசாரி முடி சிலுப்பி ஆடிக்காட்டினார். மீனாட்சிக்குப் பேய் வந்து ஆடவில்லை.

வேலைத் தளத்திற்குச் செல்லும்போது பேசும் பேச்சுகளும், கிழங்களின் வியாக்கியானங்களும் பேயைப் பரப்புவதில் எவ்வளவு பெரிய பங்கு வகிக்கிறது என நினைத்தபோது அவளுக்கு எரிச்சல் பற்றிக்கொண்டு வந்தது. அவளை ஆட வைத்து வேடிக்கை பார்க்க நினைக்கும் அத்தனை சூழ்நிலைகள் மீதும் ஆத்திரப்பட்டாள். சுற்றியிருந்த கூட்டத்தை எரித்துவிட வேண்டும் போல் நினைத்தாள்.

அவள் படித்த போது தனது தமிழாசிரியை பேய் பற்றி சொன்னது இன்னும் ஆழமாக மனதில் பதிந்திருந்தது, "ஒருவர் புதிய மனிதரோடு அல்லது புதிய இடத்தில் வாழ்ந்தாக வேண்டிய நிர்ப்பந்தம். எப்படி வாழப் போகிறோம்...? என நிச்சயமற்ற எதிர்காலத்தை நினைத்து ஏங்குவது. வரம்பு மீறிய அக்கிரமங்களை பார்க்கிறபோது உண்டாகும் பயம். பாலியல் மனக்கிலேசம். திடீரென்று ஏற்படுகிற அதிர்ச்சியான சம்பவம். சில பேர் சதாகாலமும் குழப்பமாகவே சிந்திப்பது. சிலருக்கு மற்ற பாகங்களில் ஏற்படுகிற வியாதியைப் போல் மூளையில் ஏற்படும் நோய். இவைகள் மன நோய்தான். இதை பெரிதாக்கி பல தலைமுறைகளாய் பேயாக வளர்க்கும் பூசாரிகள். அவர்களுக்குத் துணையாக உண்மை நிலை அறியாத அப்பாவிகள்''.

தானும் இதை பலமுறை சொல்லிப் பார்த்தும் இந்த சனங்களிடம் எடுபடவில்லை. தனது அப்பா இருந்திருந்தால், தான் மேல்படிப்பு போயிருக்கலாம். பேய் குறித்து பெரிய ஆய்வுப் பிரச்சாரம்கூட செய்திருக்கலாம். அவர் இறந்ததால் தடைப்பட்ட படிப்பு. கிராமத்து

சம்பந்தம்! நினைத்தபோது அழ வேண்டும் போல் இருந்தது. தானாவது இதில் விழிப்போடு இருக்க வேண்டும். 'ஆடக்கூடாது; ஆடவே கூடாது' என உறுதியாக இருந்தாள்.

"இந்தப் பேயி என்ன இவ்வளவு அழிச்சாட்டியம் பண்ணுது" என்று கூட்டத்திலிருந்து குரல் எழுந்தது.

"என்ன குத்தமோ...? யாரு வச்சதிம்போ? என் வீட்டுல விடிஞ்சுருக்கு" என மாமியார் கிழவி நீட்டி முழங்கி அங்கலாய்த்துக் கொண்டாள்.

பூசாரிக்கு தன் சாமர்த்தியம் எதுவும் எடுபடவில்லையே என்ற ஆத்திரம், கோபமாகி வேகம் எடுத்தது.

"எடுடா, எருக்கம் விளார். அடிடா, அந்த அடம்பிடிச்சபிசாசை" என ஆணையிட்டார்.

திரு திருவென முழித்த மீனாட்சியை 'மலேர்... மலேர்...' என எருக்கம் விளார் பதம் பார்க்க ஆரம்பித்தது.

"ம்... அடி"

"ச் சடார்... ச்சடார்...!" இளைஞன் ஒருவன் தன் உடல் பலம் முழுமையும் சேர்த்து ஓங்கி, ஓங்கி அடிக்கத் தொடங்கினான்.

"அய்யோ...! அம்மா...! அடிக்குறானுங்களே பாவிக!"

மீனாட்சி உடம்பை குறுக்கிக் கொண்டாள்.

'மலேர்... மலேர்...'

"அம்மா...!" என அலறி தரையில் புரண்டாள்.

'ச்சடார்...! ச்சடார்...!'

எழுந்து ஓட முயன்றாள்.

'மலேர்... மலேர்...'

இழுத்துப் போட்டு அடிக்க ஆரம்பித்தார்கள்.

எவரும் அடியைக் கண்டு முகம் சுளிக்கவில்லை.

'டேய், அடிக்காதீங்கடா' எனும் எதிர்ப்புக் குரல் இல்லை. சிரித்து, பூரித்து இன்னும் 'போடு... திமிரு பிடிச்ச பேயை' கூட்டத்திலிருந்து குரல்கள். பேயை அடிப்பதிலே அத்தனை சந்தோசம்.

மீனாட்சிக்கு உடல் குலுங்கியது. தலை சுழன்றது. பேயாக ஆரம்பித்தாள். மண்டியிட்டாள். கை இரண்டையும் ஊன்றி ஆடத் தொடங்கினாள்.

'அப்படிப் போடு, சபாசு.' கைதட்டல். குலவை ஒலி. பம்... பம்... பம்... உடுக்கடி.

தலைமுடி விரிந்து பரவ சுற்றி சுழன்று ஆடினாள். முன்னும் பின்னும் அசைந்து அசைந்து ஆடினாள். கழுத்தைச் சுண்டி சுண்டி ஆடினாள். கை தட்டி ஆடினாள். நொண்டியடித்து ஆடினாள். மண்டியிட்டு ஆடினாள். கண்களை உருட்டி உருட்டி பூசாரியைப் பார்த்தாள். பின் சுற்றியிருந்த கூட்டத்தைப் பார்த்து 'அட, அப்பாவிகளே' என்பதைப் போல் தலையை மேலும் கீழும் அசைத்தாள்.

இதுவரை பேயாட வைக்கும் முயற்சியில் எருக்க மட்டை, புளிய விளாரால் எத்தனை மனித உயிர்கள் கொல்லப்பட்டிருக்கும். இந்தக் கொலைகள் பேய் அடிச்சிருச்சு என்ற பெயரால் எப்படி மறைக்கப்பட்டிருக்கும். இதற்கு சொந்தங்களும் மனம் ஒத்து துணை போயிருப்பார்கள். எதிர்ப்பிருக்காது.

தானும் இன்னும் கொஞ்சம் தாமதித்திருந்தால் கொல்லப்பட்டிருப்போமோ...! என்ற நினைப்பு, ஆவேசத்தைத் தூண்ட மேலும் வீரியத்தோடு ஆடினாள். கூட்டமும், பூசாரியும் பூரித்துப் போனார்கள். சந்தோசம். உற்சாகம். சபாசு!.

பூசாரியின் கை ஓய்ந்தது. உடுக்கடியின் சத்தம் கொஞ்சம் கொஞ்சமாக நின்றது. பேய் தனது ஆட்டத்தின் வேகத்தை படிப்படியாக குறைத்து நிறுத்தியது. பூசாரி உடுக்கை கீழே வைத்தார். கை விரலைச் சொடுக்கி சற்று நேரம் ஓய்வெடுத்தார்.

மீனாட்சி, தான் ஆடியது இவர்களுக்கு மேலும் உற்சாகம் ஊட்டிவிடுமோ என பயந்தாள். 'இந்த நம்பிக்கையை பின்னுக்குத் தள்ளுவதில் ஒரு துரும்பின் அளவாவது தன் பங்கு அமையாதா...? என ஏங்கினாள்.

காலரா ஒரு கிருமியின் விளைவு. குழந்தை கடவுளால் பிறக்கவில்லை; மனிதன் நினைத்தால் கட்டுப்படுத்த முடியும் எனும் மக்கள் தொகை கட்டுப்பாடு நடவடிக்கை; காசநோய் ஒழிப்புக்கு அரசாங்கம் மேற்கொள்ளும் முயற்சிகள். பெரியம்மையை அரசாங்கத்தின் கவனத்தில் கொண்டுவந்தால் பரிசு. 'தொழுநோய் சாபத்தால் வருவதல்ல, ஒரு கிருமியால் வருவது. அதை ஒழித்துக் கட்ட முடியும்' என்ற நம்பிக்கை பிரச்சாரம் அவளுக்கு ஞாபகத்திற்கு வந்தது. புதிய உற்சாகம் பெற்றாள்.

இந்த அர்த்தமற்ற நம்பிக்கையை ஒழிக்க தான் ஒரு புதிய உத்தியை கையாள நினைத்தாள். இந்த சனங்களின் கவனத்தை ஈர்ப்பதாக அது அமைய வேண்டும் என தீர்மானித்தாள்.

மீண்டும் உடுக்குச் சத்தம். சனங்களின் அடுத்த கட்ட எதிர்பார்ப்பு. மீனாட்சி ஆடத் தொடங்கினாள்.

திடீரென எழுந்து நின்று ஆடினாள். கால்களை முன்னும் பின்னும் வைத்து விரல்களை அழுத்தமாக ஊன்றி குதியைத் தூக்கி தூக்கி ஆடினாள். குதிரையில் ஏறி அமர்ந்து கடிவாளத்தை சுண்டுவதைப் போல் ஆடினாள். மீசையைத் திருகி மேல் துண்டை சரி செய்வதாய் பாவனை செய்தாள்.

வந்திருப்பது எந்தப் பேய் எனத் தெரிந்ததைப் போல கூட்டத்திலிருந்தவர்கள் கிசுகிசுவென பேசிக் கொண்டார்கள்.

"அட வாடா. அப்பா. வாடா சாமி!

வந்திறங்கு... வந்திறங்கு...

ஐயா! வந்ததாரு, வந்த தாரு!

உனக்கு என்ன வேணும்? ஏது வேணும்?

சொல்லி விடு... சொல்லி விடு" பூசாரி ராகத்தோடு பாடியபடி கேட்டார்.

'அட! நான் வேட்டைச் சாமி.

வந்திருக்கேன்... வந்திருக்கேன்!

எனக்கு வில்லுக்கம்பு; மல்லுவேட்டி

செஞ்சேவலும்...

வேணுமப்போ! வேணுமப்போ!'

மீனாட்சி மீது இப்போது வந்து ஆடிய பேய் வேட்டைச்சாமி. அதற்கு வேட்டையாட வில்லுக்கம்பும் கட்டிக்கொள்ள மல்லுவேட்டியும், உண்பதற்குச் சிவப்பு சேவலும் கேட்டு வைத்தாள்.

இவளுக்கு பலமுறை இந்த பேய்களின் கதை கேட்டு, ஆடியதைப் பார்த்து எல்லாம் மனதில் பதிந்திருந்தது. ஒவ்வொரு பேய்க்கும் ஒவ்வொரு விதமாக ஆடினாள்.

கழுத்தைச் சுற்றி சங்கிலி போல் காட்டி, கை மணிக்கட்டை, விரலால் வளையல்போல் சுற்றி ஆடுகிற பேய் பூமயிலு. இந்த பேய்க்கு

வளையல், சங்கிலி, கண்ணாடி, பவுடர், கண்மை வகையறாக்களை கேட்டு வைத்தாள். பட்டணத்தில் கட்டிக் கொடுத்து வரதட்சணை கொடுமையால் ஸ்டவ் வெடிச்சு செத்த பூமயிலு.

பட்ட மிளகாயும், சுட்ட கருவாடும், கேழ்வரகு கூழும் கேட்டழுதாள் பொன்னாத்தா. வயிற்றுக் கூழுக்கு வக்கில்லாம செத்தவ.

பட்டினியால் வயிறு பசிச்சாலும், தொட்ட பழக்கத்தை விட்டுட முடியாம, கோடை வெயிலில் நடு மதிய நேரத்தில் சாராயம் குடுச்சி சுடுமணலிலே தள்ளாடி விழுந்து உசிரவிட்ட வேலுசாமிக்கு சாராயம், கோழிக்கறி கேட்டாள்.

"அற்பாயிசுக் காரர்களின் ஆவி பிடித்து ஆட்டுவதாய் சுற்றிவிட்ட கதைகளின் சுழற்சியிலிருந்து மீள முடியாத மனுசங்க இவங்க." மீனாட்சி தனக்குத்தானே நொந்து சிரித்தாள்.

நான்கு பேய்களும் இந்தப் பெண்ணை விட்டு விலக சத்தியம் வாங்கிக்கொண்டார் பூசாரி. தலைமுடி எடுத்து ஒவ்வொரு பேய்க்குமாக முடிச்சுப் போட்டார்கள்.

கல் தூக்கிப் போகும் கட்டத்தை எதிர்பார்த்தது கூட்டம். கல் தூக்கிச் செல்லும் நாள் தீர்மானிக்கப்பட்டது.

பேய் பிடித்தவள் கல்லை பாரமாக சுமந்து பனை மரமோ, புளிய மரமோ ஏதோ ஒரு மரத்தின் அருகில் போட்டு - பேய் என்கிற சுமையை கல் மூலமாக இறக்கி வைத்து சத்தியம் செய்து கொடுத்த முடியை வெட்டிப் பேய் கேட்ட பொருள்களை அங்கு வைத்து துணி மாற்றி, கட்டியிருந்த துணியை மரத்தில் சுற்றி அதுவே ஒரு பேய்மரமாகி நிற்கும்.

மீனாட்சி கல்தூக்கிச் செல்கிறாள். தான் சுமந்து செல்லும் கல், கேடு செய்யும் இந்த மூடத்தனத்தின் முதுகெலும்பை முறிக்கும் ஒரு கல்லாக இருக்க வேண்டும் என்கிற வேகத்தோடு செல்கிறாள். அரசாங்கத்தின் கவனத்தை திருப்பும் உத்தியோடு செல்கிறாள். கல்போடும் மரம் தேடி செல்லவில்லை. தன் கிராமத்தின் அருகில் இருக்கும் மாவட்டத் தலைநகர் நோக்கிச் செல்கிறாள்.

"மனநோயின் காரணம் சனங்ககிட்ட போகணும். அரசாங்கம் மனவியாதிக்கு காசில்லா வைத்தியம் பார்க்கணும். பேய் பயத்தை போக்க கவர்மெண்டு பிரச்சாரம் செய்யணும்."

கலெக்டர் மக்கள் குறைதீர்க்க மனுக்களைப் பெற்றுக் கொண்டிருந்தார்.

பாமர மக்களின் வாழ்க்கையில் புரையோடி, 'பேய்' என்ற பெயரால் தீங்கு செய்யும் இந்தக் குறையை கலெக்டரிடம் சொல்ல மீனாட்சி பேயாகி நடந்தாள். மூடத்தனத்தின் முதுகெலும்பை முறிக்க கல் சுமந்து நடந்தாள். சீறிப் பாய்ந்து சினம் பொங்க நடந்தாள்.

செம்மலர் 1994

புதிய வெளிச்சம்

இன்னும் அந்தச் சத்தம் என் காதைத்துளைச்சு மனசை உறுத்திக்கிட்டே இருக்கு. இந்த குடிகாரன் மனசை குடைஞ்சு எடுக்குது.

"கற்போம், கற்பிப்போம், கல்லாமையை இல்லாமை ஆக்குவோம். படி! படி! அக்கா படி.. அண்ணே படி.." சின்னப்பிள்ளைகளும், ஆணும் பொண்ணும் வற்புறுத்தி சொன்னாங்க. நேத்து வரிசையா போன கூட்டம். என்னமோ... 'அறிவொளி இயக்க' ஊர்வலமாம்.

இப்ப பாருங்க, விடிஞ்சு விடியாம கட்டிட வேலைக்குப் போற இளங்குருத்து. இந்தக் குடிகாரப்பய மவன் செல்லப்பாண்டி, படிச்சு வளர வேண்டிய வயசில்; உடம்ப ஓடிச்சு வேலை பார்க்கப் போறான்.

வாழக்குறுத்தாட்டம் வளர வேண்டிய வயசு. கால்ல பூட்சு போட்டு, கழுத்துல டை கட்டி, அளவா – அழகா சட்டையும், டவுசரும் போட்டு, தோள்மேல பையை மாட்டி, துரையாட்டம் பள்ளிக்கூடம் போக வேண்டிய வயசு.

இப்ப ஈரம் போதாத செடியா வாடிப்போன உடம்பு, செம்பட்டை பிசுக்கா தலைமுடி, ஒட்டுப் போட்ட கால்சட்டை, கழுத்து சுத்திப் போட்டிருக்கிற சும்மாட்டுத் துணி, கைல சாப்பாட்டுத் தூக்கு.

இந்த நெலமைக்கு காரணம் நாந்தான்னு இப்ப உணரத்தான் செய்யறேன். பொல்லாத குடிய மனசு வெறுக்கத்தாஞ் செய்து, என்ன செய்ய...? பழக்கம் இறுக்கிப் போட்ட பிடியிலேர்ந்து தப்பிக்க முடியாம பரிதவிக்கிறேன்.

எப்படி வந்த பழக்கம்...? யாரை கொறை சொல்ல?

ஆடு பத்திப் போன ஓடைக்காட்டுல சாராயம் எரிக்க சுள்ளிபொறுக்கிக் கொடுத்தா... கூலியா குடிக்கச் சொன்ன காளிமுத்துக்கிழவன சொல்லவா...? தீபாவளி, பொங்கல் நல்ல நாள் பெரிய நாளைக்கு, கூட்டுச் சேர்ந்து குடிக்க வச்ச மாரியப்பனைச் சொல்லவா...? எப்படியோ பழக்கந் தொட்டிருச்சு.

வெளையாட்டா தொட்டது; இப்ப வினையா முடிஞ்சிருச்சு. எல்லாம் ஒடுங்கி – அட, என்ன மட்டுமா ஒடுக்குச்சு... எங்குடும்பமே ஒடுங்கிப்போச்சே. என் உடம்பு மட்டுமா செயல் இழந்து போச்சு... எங்குடும்பமே செயலத்துப் போயி தெருவுல நிக்குதே.

அப்பன் வச்சிட்டுப் போன.. புஞ்சையில அஞ்சு குறுக்கம், நஞ்சையில நாலு காணி, சுத்துக்கட்டு வீடு, எல்லாந் தொலைச்சேன். இப்ப ஒழுகிற குடிசையில ஓலை மாத்த வக்கில்ல.

எம்பாட்டன் பேரு சொன்னா எட்டுக்கண்ணு விட்டு எரியுமாம். அத நெனச்சு என்னத்துக்கு? அட தம் பொழப்பு சரியில்ல. தாத்தம் பொழப்பு நினைச்சு பெருமைப்படுற கிறுக்குப்பய புத்தி, நா செஞ்ச குத்தத்த நா மட்டுமா அனுபவிக்கிறேன்.

என்னெக் கட்டிக்கிட்ட மவராசி பொன்னுத்தாயி வந்த வெதமென்?, அவ அப்பன் வீட்டுல இருந்த இருப்பென்...? வண்டிச்சீரும், காதுல கம்மலும், கழுத்துல சங்கிலியும், கல்லுவச்ச மூக்குத்தியும் எல்லாந் தொலைச்சுட்டேன்.

இப்ப அவ மேனி கொலைஞ்சு கூலி நாழிக்குப் போயி... எங்குடிக்குத் தீனி போட்டு... வவுத்தக்கழுவி கழுவாம பொழப்ப ஓட்டுறா. உடுத்த ஒழுங்கான சேலை இல்லை. மாத்துச்சேலைக்கு வேத்து சேலை இல்ல. அவ உடம்பப் போல நஞ்சு போன பிஞ்ச சேலை. இழுத்து மூடி மானத்தை மறைக்கிறா மவராசி பொன்னுத்தாயி.

பாவம் பொடுசுக. செல்லப்பாண்டிக்குப் பின்னால் பொறந்த சின்னதுக. பொட்டப்பயபுள்ளைய. எங்கயோ பொறக்க வேண்டிய செல்வங்க. வெதவெதமா துணி மாத்தி, சீவி சடைபோட்டு, பூவச்சு, புட்டாமா தடவி, பொட்டு வச்சு பார்த்தா எப்படி இருக்குங்க? ச்சுச்சுச்... அத நெனச்சு என்ன பண்ண? இப்ப வயிறார கூழுத்தண்ணிய ஊத்த வக்கத்த பொழப்பு.

நா நிமிர்ந்து வேலை செஞ்சா வறுமை தட்டுப் பறந்து போகும். நா என்னைக்கு வேலை செஞ்சேன்? இப்ப செயலத்த காலத்துல சீவம் போற நேரத்துல இந்த நல்ல புத்தி. எனக்கெங்க நல்ல புத்தி... இப்பக்கூட அந்த நாசபுத்தி தலை காட்டுது. கொஞ்சம் ஊத்தனும் போல இருக்கு.

ஒரு காலத்துல சாராயக்கடையில எனக்கு ரொம்ப மருவாதி. நல்ல உசரத்துக்கேத்த உருண்டு திரண்ட உடம்பும், முறுக்கி வச்ச மீசையும், எறக்கிவச்ச கிருதாவும் இந்த காவக்கார வீராச்சாமி கைல அருவா

எடுத்து நடந்தன்னா அழுதபுள்ள வாய மூடும். இப்ப ஓயாத குடியால... சூம்பிப் போன காலும், வீங்கிப் போன வயிறும், வளைஞ்சு போன ஒசரமும்.. என்னத்தச் சொல்ல? ம்.. பழைய மருவாதிய காப்பாத்தலாமுன்னு நெனைச்சுத்தான் மீசையைக் கூட வெச்சிருக்கேன். எவன் மதிச்சான்?.

பொன்னுத்தாயி கொடுக்கிற காசு பத்தல. பள்ளிக்கூடம் போன செல்லப்பாண்டியும் இப்ப சேர்ந்து ஒழைக்கிறான். எத்தினி பேரு உழைச்சாலும்... எங்குடிக்கு தாங்குமா?

செல்லப்பாண்டி – என் ராசாவை படிக்கவச்சுப் பார்க்கணும். பெரிய உத்தியோகத்துக்கு அனுப்பணும். அதுக்கு நான் என்ன செய்ய? இந்த கேடு கெட்ட குடிய நிறுத்தணும்.

தொட்ட சனியனை விட்டுட முடியுமா? விட்டுடனும். என் உயிரைக் கொடுத்தாலும் விட்டுடனும். செல்லப்பாண்டிய படிக்க வைக்க என் குடும்பத்தை நிமிர்த்தி பார்க்க... குடிய நிறுத்திடுவேன். சத்தியம்மா நிறுத்திடுவேன்.

மருதுபாண்டியர் மலர் 1992

சாதியின் சாதி

பஸ்ஸில் பயணித்த ராமையனின் உடம்பெல்லாம் சந்தோஷப் பரபரப்பு. தலைவரை சந்திக்க வேண்டும் என்ற நீண்ட நாள் ஆசை நிறைவேறப் போகும் பூரிப்பு.

அந்த மனிதரை சந்திக்க வேண்டுமென்ற பல நாள் யோசனை இன்று தான் சாத்தியமானது அவனுக்கு. போக வேண்டும் என்கிற நினைப்பு எழும் போதெல்லாம் வழிமறித்து நின்றது வறுமை. கிடைத்ததைச் செய்யும் அத்துக்கூலி. ஒருநாள் ஊதியம் முடங்கினாலும் குடும்பத்திலுள்ள வயிறுகள் ஒட்டிப்போகும்.

தவணைக்குக் கடன் கேட்டிருந்த பணம் நேற்றுதான் கைக்குக் கிடைத்தது. வீட்டிற்கு ஒருவார வயிற்றுப்பாட்டிற்கும் வைத்து விட்டு போக்குவரத்து செலவிற்கும் எடுத்துக் கொண்டு புறப்பட்டாகி விட்டது.

நகரத்திலிருக்கும் சாதிச் சங்கத் தலைவரை பார்த்துப் பேசி சுகம் விசாரிக்கணும். இதுவரை, தான் எத்தனை பேரை கண்டுபிடிச்சு உறுப்பினராக்கினோம் என்பதைப் பற்றியெல்லாம் ரொம்பப் பேசணும். அப்படியே அவரு வீட்ல இரண்டு நாள் தங்கி அந்த ஊர்ல முக்கியமான இடங்களை எல்லாம் பார்க்கணும். முளைத்துப் படர்ந்த மனசை சுற்றி நின்ற நினைப்பு.

கண்களில் இன்னும் காட்சியாக நிற்கிற தோற்றம். காதில் ஒலித்துக் கொண்டிருக்கும் கணீர்குரல். ராமையனுக்குத் தலைவரைநினைத்தாலே நாக்கில் தேன் தடவியதைப் போன்ற தித்திப்பு.

ஆறடியை நெருங்கலாம் என்கிற உயரம். முன் வழுக்கை விழுந்த தலை. பாதிக்கு மேல் வெள்ளையாகியிருந்த முடி. சந்தனக் கலர்ஜிப்பா. பளிச்சென்றிருந்த வெள்ளை வேட்டி.

"இன்னும் எத்தனை காலம் இந்த பாரபட்சம் நீடிக்கும்? நமது சாதி மக்கட் தொகைக்கு ஏற்ற சலுகைகள் வழங்கப்படவில்லை. இந்த போக்கு நீடித்தால் அடுத்த கட்டமாக மாபெரும் போராட்டத்தை நடத்த வேண்டியிருக்கும்."

சிம்ம கர்ஜனையாய் அந்தக் குரல்.

"நம்ம சாதியில் பெருவாரியான மக்கள் அன்றாடங்காட்சிகளாய், அரை வயித்து சோற்றுக்குக் கஷ்டப்பட்டு, உடுத்த உடையில்லாம இருக்கிற பரிதவிப்பு நிலைமை. இதை மாற்ற அரசாங்கத்தை மட்டும் நம்பியிருக்க முடியாது. நம்மவர்களில் வசதி படைத்தவர்களும் இந்த நிலைமையைப் போக்க முன்வர வேண்டும்."

சாதியில் உள்ள ஏழை எளியவர்களை கைதூக்கி விட வேண்டும் எனக் கசிந்துருகிய பெரிய மனசு.

இப்பேர்ப்பட்ட மனுசங்க இருக்கிற நம்ம சாதியில் தான், வக்கத்த பய வேலுச்சாமியையப் போலவும் இருக்கிறானுகள். இப்பொழுது நினைத்தாலும் பற்றிக் கொண்டு வரும் ஆத்திரம். சாதிச் சந்தா கேட்டதில் தான் அந்த தகராறு.

"என்ன ராமைய்யா, சாதிச் சந்தாவா? இந்த சங்கத்தை அமைச்சதால வலுத்தவன் எளைச்சவன் வித்தியாசம் கொறைஞ்சுடுமா?... இல்லாட்டி ஏழை வீட்ல பணக்காரன் சம்பந்தம் வச்சுக்கப் போறானா?"

"இந்தாப்பாரு வேலுச்சாமி! இது நம்ம சாதி, நம்ம சங்கம்... இதுல விதண்டாவாதம் பேசுறதுல அர்த்தமில்ல."

"நாம உழைச்சாதான் நமக்குச் சாப்பாடு. ஒருநாள் பட்டினி கெடக்கிற குடும்பத்துக்கு எந்தச் சாதிச் சீமான் இந்தான்னு கொடுத்து உதவுறான்?"

"நம்ம சாதியில பொறந்ததுக்காக நீ சந்தா கட்டணும்."

"எனக்கு இது சரிப்படாது. நம்ம போல எளியது தான் நம்ம சாதி. உழைப்போட அருமை தெரிஞ்சவன் தான் நம்ம சனம். உழைக்கிறவன் எந்த சாதின்னாலும் நம்ம சங்கம்தான்."

"அப்ப, நொப்பனுக்கு நீ பொறக்கல? நீ எந்த சாதிக் காரண்டா நாயே?..."

"வார்த்தையை அளந்து பேசு ராமைய்யா"

"அளந்து பேசாட்டி என்ன செய்வியாம்?"

வார்த்தைகள் தடித்து நடுரோட்டில் கட்டிப்புரண்டு, மண்டையை உடைத்துக் கொண்ட நினைப்புகள். எத்தனையோ பேரை சந்தித்து சந்தா கேட்டதில் எங்கும் நடக்காத சம்பவம். கூறு கெட்ட வறட்டுப் பிடிவாதம், அக்கினியாய் அந்த நினைவுகள்.

"சே... இவனையெல்லாம் நினைச்சு சோர்ந்து போயிட முடியுமா? இவனை மாதிரி ஆளுங க பேச்சைக் கேட்டு வெலகி நிக்க முடியுமா?"

தன்னை தட்டிக் கொடுத்த தலைவரின் இதமான கைகள். டானிக்காய் தெம்பூட்டிய அந்த வார்த்தைகள்...

"தம்பி!... இந்த விழாவுக்காக உங்களுடைய அபார உழைப்பைப் பற்றி இங்க எல்லாரும் சொன்னாங்க. நன்கொடை வசூலுக்காக உங்களோட அலைச்சல், இரவும் பகலும் முழிச்சு போஸ்டர் ஒட்டினதும், பேனர் கட்டினதும் அலங்கார வளைவு அமைச்சதும்..."

அப்பப்பா... என்ன... அபாரமான சாதி அபிமானம்! இவரு நெனச்சா சாதியோட ஒட்டாம வாழ முடியும். ஒதுங்கி நிக்க முடியும். இவருடைய பெரிய வியாபார நிறுவனங்கள், வரவு செலவுகள், கார், பங்களாக்கள் இவ்வளவு வசதி படைச்சவரு இந்த மாதிரி விஷயங்களில் கலந்துக்கிறதுனா எம்புட்டு சாதி பாசம்! என்ன அன்னியோன்னியம்!

பயணத்தின் களைப்போ, சோர்வோ அற்ற உற்சாகமான சிந்தனையில் மூழ்கியிருந்த மனசு.

எப்படியோ தன்னிடமிருந்த முகவரியை விசாரித்து மனசுக்கு ஈடு கொடுத்து கால்கள் காட்டிய வேகத்தில் அந்தத் தெருவை அடைந்தாகிவிட்டது.

பெரும் சீமான்கள்தான் வாழ முடியும் என்பதைப் போல ஓங்கி உயர்ந்த கட்டிடங்கள் நிறைந்த தெரு. வீதியின் கடைசியில் இருந்த வசந்த பவனம். இதுதான் தலைவரின் பங்களா என்பதை உறுதி செய்யும் அவரின் பெயர்ப்பலகை. வாசலில் கார், ஸ்கூட்டர் வாகனங்கள்.

முன்னதாக இருக்கும் பெரிய அறையில் கேட்கும் தலைவரின் குரல். தமாஷ் பேச்சுகள். சிரிப்பொலிகள். பெரிய சாளரங்களின் இடைவெளியில் தெரிந்த கோட்டும் சூட்டும் அணிந்த மனிதர்கள்.

தலைவரின் தரத்திற்கு சமமானவர்களாக இருக்கலாமோ...? ஒரு வேளை தொழில் முறை நண்பர்களோ...?

தலைவர் கண்ணில் பட்டால் போதும். தாவிப்பாய்ந்து நலம் விசாரிக்க ஆரம்பித்து விடுவார். ஓரமாக ஒதுங்கி நின்று கொண்டான்.

"சரி... நேரமாயிடுச்சு, லஞ்சை முடிச்சுட்டுப் பேசலாம்" என்று எழுந்த தலைவரின் பார்வையில் ராமையன் நிற்பதுபட்டது. வாசலுக்கு வந்தார்.

"யாருப்பா...? என்னா... வேணும்...? கேள்வியில் மிடுக்கு.

விழாவில் பார்த்து ஒரு வருடம் இருக்கலாம். ஒரு வேளை மறந்திருக்கலாமோ...

"ஐயா! எம்பேரு ராமையனுங்க... போன வருஷம் மானாமதுரையில் நடந்த நம்ம சாதி சங்க ஆண்டு விழாவில்..." புன்னகை மாறாத கெஞ்சலோடு தன்னை ஞாபகத்திற்கு கொண்டு வர முயன்றான்.

"போன வருசம் நடந்த ஆண்டு விழாவுக்கு...?"

கேள்வியில் கடுகடுப்பு...

"நான் நம்ம சாதிக்காரனுங்க... என்னைக் கூட நீங்க கை குலுக்கி பாராட்டுனீங்களே..." தலைவருக்கு ஞாபகத்திற்கு வந்து விடும். வரவேற்பு கிடைக்கும் என்ற எதிர்பார்ப்பான வார்த்தைகளில் பேசினான்.

"சரி.... சரி... இந்த வேலையெல்லாம் சாதிச் சங்கத்தோட நிறுத்திக்கணும். வீட்டுக்கெல்லாம் வர்றது சரிப்படாது... இப்ப வந்திருக்கவங்க வேற வேற சாதிக்காரங்க... ஆனா பெரிய முதலாளிகள்... ஆபீசர்ஸ்... அவங்க, இது யாரு...? என்ன தொழில் செய்றாருன்னு கேட்டா என்ன சொல்றது? என் சாதிக்காரன், இல்லாட்டி என் சொந்தக்காரன்னு சொல்ல முடியுமா?"

ராமையனின் கண்களில் சட்டென நீர் கோர்த்தது. தலைவரின் வார்த்தைகளில் கதி கலங்கிப் போனான். உடம்பெங்கும் மிளகாய் பொடியைப் பூசியதைப் போன்ற எரிச்சல் எடுத்தது. அந்த எரிச்சலுக்கு வேலுச்சாமியின் வார்த்தைகள் நினைவுக்கு வந்து இதம் தந்தன.

வண்ணக்கதிர் 1995

அப்பாவின் இடம்

ஒரு பம்பரத்தின் சுழற்சி நின்று விட்டதைப் போல் அப்பா சாய்ந்து படுத்த படுக்கையாய் கிடந்தார். பாதத்தில் சக்கரம் கட்டியதைப் போல் ஓடித் திரிந்த கால்களில் செயல் இல்லை. கைகளில் அசைவில்லை.

சில மாதங்களாகவே தீராத வைத்தியம், செய்வினை, ஏவல், சூனியம் என்று குறி கோடாங்கிகளுக்குக் கொடுத்த தட்சிணை வேறு. கையிலிருந்து துட்டும் காலியாகி - கடன் வாங்கியும் பார்த்தாகி விட்டது. அத்தனையும் ஏப்பம் விட்டு அப்படியே இருந்தது வியாதி. ஏதோ ஒரு கோரமான பார்வையை வீசிக் கொண்டிருந்த அப்பாவை சின்னராசா வைத்த விழி மாறாமல் பார்த்துக் கொண்டிருந்தான். தனது கௌரவத்தின் எதிர்காலம் கேள்வியாகிப் போனதைப் போல் லேசாக கண்ணைச் சுருக்கித் தலையை ஆட்டிக் கொண்டான். மனசு ஏதோ சிந்தித்தது.

சின்னராசாவுக்கு இதற்கு முன்வரை தன்னை நினைக்கையில் அப்படி ஒரு கௌரவமாய் இருக்கும். முடியை ஏற்றிச் சீவிய தலை, எடுப்பான மூக்கு, அளவெடுத்த நெற்றி. நிதானமான உயரம். பேண்டை இன் செய்து, பூட்ஸ் போட்டு, கிளாஸ் அணிந்து தெருவை கடக்கையில் ஊர்சனம் தன்னைப் பெருமையாய் நினைப்பதாய்ப் பட அவனின் கௌரவம் இன்னும் கொஞ்சம் கூடிக் கொள்ளும்.

பட்டப் படிப்பை முடித்து மூன்று வருட காலமாக, விடிந்தால் டவுனுக்குப் போய், பொழுது அடைந்தால் வீடு திரும்புவதுதான் சின்னராசாவுக்கு உத்தியோகம்.

தனக்குடவுனில் ரொம்ப செல்வாக்கு இருப்பது போல் நினைத்தான். நண்பர்களுடன் சேர்ந்து முடிந்த அரசியல் முதல் நடப்பு அரசியல் வரை விவாதிப்பான். இன்றைய சினிமாவின் போக்குகளை, சமுதாய நடப்புகளை அலசுவான். கல்லூரி வாசலில் நின்று கலர் பார்ப்பான். மாணவியர் உடைகளில் விதவிதமான மாற்றங்கள், முடி அலங்காரம், முகப்பூச்சு என்று ஒவ்வொன்றாய் கூர்ந்து நோக்கி ஆராய்ச்சியில் மூழ்குவான்.

"கட்டுன கோவணத்தை கசக்கிக் கட்ட நேரமில்லாம கால்ல சக்கரத்தைக் கட்டி அலையுற வெவரங்கெட்ட மனுசன். மகன்

மரியாதைக்கு ஏத்த மாதிரி நடக்க வேணாமா?" அப்பனை தன்னோடு ஒப்பிட்டு அடுத்தவர் பேசுவார்களோ என நினைக்க, சின்னராசாவுக்கு என்னமோ போலிருக்கும்.

தன் சக நண்பர்களின் தந்தையரின் வெள்ளை உடைகள், அரசு உத்தியோகங்கள் - வியாபார நிறுவனங்களோடு - தனது அப்பாவின் உடை, தோற்றம், தொழிலை ஒப்பிட்டு நினைக்கும் போது அவரின் மீது ஆத்திரமாய் வரும். தன்னை அவமானப்படுத்தவே அப்பா பிறவியெடுத்ததாய் நினைத்து நொந்து கொள்வான்.

ஐம்பதைத் தொட்ட வயது, அழுக்கேறிய வேட்டி, சட்டையில்லா உடம்பு, தாடி படர்ந்த முகம், தலையில் தாறுமாறாய் கட்டிய தலைப்பாகையோடு கேனமாய் கிறுக்குத் தோரணையாய் அப்பா.

இன்ன தொழில் என்ற முறையில்லை. நாய் தின்னு வாந்தியெடுத்ததைப் போல் காட்டிலே விவசாயம். கைக்கு கிடைத்ததை வாங்கி வியாபாரம். தலைச்சுமையாய் 'மல்லி, மிளகாய்' என்று ஒரு நாள் தொண்டை கிழிய கத்தித் திரிவார். மறுநாள் கையில் கோழிகளைத் தொங்கவிட்டு 'கோழி, கோழியோவ்' எனக் கூவித் திரிவார். அடுத்த நாள் சந்தையில் ஆட்டுத் தரகு பார்ப்பார்.

விபரம் தெரிந்த ஆள் என்று எவராவது பட்டுவிட்டால் போதும், "ஐயா எம்மகன் பெரும் படிப்பு படிச்சிருக்கான். ஏதாச்சும் உத்தியோகம் வாங்கிக் கொடுங்க" என கையேந்தி கெஞ்சலாக பேச்சோடு பேச்சாக சொல்லி வைப்பார்.

மகனைப் பற்றி சொல்லும் போது மனசு பூரித்துப் போகும்..

"சீமைத் துரையாட்டம் செக்கச்செவேல்னு" தனது தலைமுறையிலே இல்லாத படிப்பு. அதனால்தான் அவனை காடு கரைக்குப் போகவோ, மாடு பத்தவோ சொன்னதில்லை. பெயர் கூட ரொம்பப் பொருத்தம்... வாயிலிருந்து வெளிப்பட வார்த்தைகள் துடிக்கும். நடையுடையை நினைத்து உதடுகள் மலரும்.

"உம் மகனை கூட்டிட்டு வாய்யா பார்த்துச் சொல்லுவோம்" என எவராவது சொல்லி விட்டால் போதும் மறக்காமல் வீட்டில் மகனிருக்க மனைவியிடம் சொல்வார்.

அப்பா சொல்லும் போது சின்னராசாவுக்கு தனது கௌரவத்துக்கு பங்கம் வந்து விட்டதைப் போலபடும். மதிப்பு கெட்டு விடுமோ என துடிக்கும். தனது தோற்றத்தை அடையாளம் சொல்லியிருப்பாரோ என நினைத்து அவஸ்தைப்படுவான்.

அவன் அப்பாவை டவுனில் பார்த்தால் எங்காவது மறைந்து கொள்வான். இவன்தான் என் மகன் என்று உளறி விடுவாரோ? தன் சக நண்பர்களுக்கு இது தெரிந்து விடுமோ? ஆபீசர் பையன்களின் தொடர்பு துண்டாகுமோ? முதலாளி பிள்ளைகளின் சேர்க்கை கெட்டுவிடுமோ? என கற்பனையாய் நினைத்துப் பார்ப்பான்.

அப்பன் என்று எவரும் தெரிந்து கொள்ளாமல் ஒருவித சமாளிப்போடு நடந்து கொள்ள பெரும்பாடு படுவான்.

"இந்தக் கூறுகெட்ட மனுசனை எவன் எனக்கு வேலை தேடச் சொன்னான். கிறுக்கெழவு, ஒரடெத்துல உக்காந்து எந்திரிக்க மாட்டேங்குது. வேலை பாத்துட்டாங்களாம் வேல. நொப்பன் வீட்டு வேலை, கைல பிடிக்கிறதுக்கு? சனியன் செத்துத் தொலையாமல் சீவன வாங்குது"

வழக்கம் போல் வாங்கிக் கட்டிக் கொள்வதுதான் மிச்சமாக இருக்கும் அப்பனுக்கு.

"இவன் பாட்டன் வச்ச காணியிலயா கஞ்சிக் குடிக்கிறோம். சொற்ப சம்சாரித்தனம். மானம் பாத்த காட்டுல வெளைஞ்சாத்தான் போச்சு. இல்லாட்டி உக்காந்து கடன் வாங்கி சாப்பிட எவன் கொடுக்கிறான்? படாத பாடுபட்டு பசியாம கஞ்சிக் குடிக்கிறோம். கெடக்கான் சின்ன வடுவாமவன்" சின்னராசா காதுகளில் பட்டுவிடாமல் அப்பா தனக்குத் தானே முனகிக் கொள்வார். காதில் விழுந்தால் மல்லுக்கு நிற்பானே என்கிற பயம்.

அப்பாவின் ஒரு மாதப் படுக்கை சின்னராசாவுக்கு அவரின் அருமையை உணர்த்தியிருந்தது.

அப்பாவின் தலைமாட்டில் அமர்ந்து, மூக்கைச் சிந்தி முந்தானையில் கண்ணீர் துடைக்கும் அம்மா. துணையின் துயர்கண்ட துடிப்பும் - தவிப்புமாய்.

அவரின் கால்மாட்டில் நின்று அவரையும் தன்னையும் மாறி மாறிப் பார்க்கும் தங்கைகளின் முகம் பார்த்தான். 'அண்ணனால் தங்களை கரையேற்ற முடியுமா?' என்பதைப் போன்ற ஏக்கம் தெரிந்தது.

கட்டுத்தரையில் கட்டிக் கிடந்த உழவு மாடுகள் கண்ணில் பட்டன. மாடுகள் பழைய மேனியில் இல்லை. அதைக் கவனிக்கும் அம்மா சதா காலமும் அப்பாவுக்குப் பணிவிடை செய்ய அருகிலேயே இருந்தாள்.

அப்பாவின் நடமாட்டம் நின்ற பின்னால் காட்டு உழவு எதுவும் நடக்கவில்லை. "அழுதுகிட்டிருந்தாலும் உழுதுகிட்டே இரு" என்ற

தனது ஊராரின் சொலவடையை நினைத்துப் பார்த்தான். கரிசல் காட்டுக்கு உழவு, வியாபாரத்திற்கு முதலீடு போல. உழவுக்கு கணக்கெவனும் பார்ப்பதில்லை. அப்பா தினமும் பத்து சால் உழவாகிலும் ஓட்டாமல் இருக்க மாட்டார். உழுத மாடுகளை அதற்கெனத் தீவனம் கொடுத்து அம்மா பராமரிப்பாள்.

அப்பா உழுத காலோடு உச்சி வெயிலில் ஓடைக்காட்டில் விழுந்து கருவேலடர்ந்த கண்மாயில் குறுக்காக நடப்பார். பக்கத்து கிராமங்களில் கிடைத்தை வாங்கிக்கொண்டு கால்நடையாக டவுனுக்குப் போய் வியாபாரம்... அந்த கால்களின் சுழற்சி மாயமாய் மறைந்து போனதை நம்ப முடியாமல் திகைத்தான். அந்தப் பாதசக்கரம் பழுதானதை நினைத்து மனதில் அழுதான்.

தனது வேலைக்கென்று தான் எந்த முயற்சியும் செய்ததில்லை. யாரையும் பார்த்து பேசியது கூட இல்லை. அப்பா மட்டும் எத்தனை மனிதர்களிடம் வாய் திறந்து, வெட்கம் விட்டு புலம்பியிருப்பார். தனக்கு ஒரு வேலை வாங்கி விட வேண்டும் என்ற அவரின் ஆசையை தான் செய்த அலட்சியம்... அசிங்கமாய் பேசிய வார்த்தைகள்... அனைத்தையும் நினைத்து வெட்கினான். தனது அன்றாட செலவு - ஆடம்பர கௌரவம் எல்லாம் அப்பாவின் ஓயாத கால்கள் தந்த சீதனம். தனது பேண்டும், சட்டையும் கூட அந்த அழுக்கேறிய வேட்டியும், சட்டையில்லா உடம்பும் கொடுத்த கைமாறு. தனது படிப்பும், விபரமும் அந்த கிறுக்கு மனிதனின் கருணை என உணர்ந்தான்.

சின்னராசா நினைவுகளில் இருந்து மீண்டும் நிமிர்ந்தான். உடம்பு உழைக்கத் தயாரானதைப்போல உணர்ந்தான். அப்பாவின் இடத்தில் அவனாக நினைத்தான்.

அப்பாவை மீண்டும் ஒரு முறை மனதூன்றிப் பார்த்தான். முழங்காலை மடக்கி மண்டியிட்டான். அவரின் பாதங்களை கைகளால் நீவி முத்தமிட்டான். மனசில் கௌரவம் பற்றிய பிரக்ஞை இல்லை. தன் பாதங்களில் புதிய சக்கரம் இணைத்ததைப் போல ஓடைக் காட்டில் விழுந்து கருவேலம் அடர்ந்த கண்மாயில் குறுக்காக நடக்க ஆரம்பித்தான். 'கிராமத்தில் ஏதேனும் வாங்கி டவுனுக்கு விற்கப் போகணும். நாளை காலையில் ஏரோட்டி உழப் போகணும்' என்கிற புதிய சிந்தனையோடு வேகத்தைக் கூட்டினான்.

வண்ணக்கதிர் 1993

வானம் பார்த்த மனசிலே

முழங்கால்களை கைகளால் கட்டி ஓட்டுத் திண்ணையில் உட்கார்ந்துவிட்டார் காத்தமுத்து. சட்டையில்லாத உடம்பில் 'அலக்கலக்காக' தெரிந்தன விலா எலும்புகள். மேல்தோல் வறண்டு 'சொங்கும் சொறியுமாகக்' காணப்பட்டது. கண்கள் அயர்ந்து, முகம் களை இழந்து, சோர்ந்து போயிருந்தார்.

கார்த்திகை மாசத்திற்கான அறிகுறியே இல்லாமல் 'சுள்' என்று காய்ந்தது வெயில். கால மழை பெய்யாமல் குளம் குட்டைகளில் காக்கா, குருவிக்குக்கூட சொட்டுத் தண்ணீர் இல்லை. 'மனுசமக்க' கெடந்து தவியாய் தவிக்கிறது.

இழுவுச் சோகத்திலும் பெரிசாய் எதையோ கண்டது போல் சொரத்தில்லாமல் இருந்தது ஊர்ச்சனம். ஊரை நினைக்கையில் காத்தமுத்துவின் மனசுக்குள் ஏக்கமான வேதனை.

'மழை தண்ணி பெய்ஞ்சு செழிச்சிருந்தா ஊரு எம்புட்டு சுறுசுறுப்பா இருக்கும். ஊரைச்சுத்தி நாலா பக்கமும் ஏறிட்டுப் பார்த்தா உழவும், நடவும், களை எடுப்புமா எம்புட்டு வேலைகள் நடக்கும்.'

இப்படி நினைத்துப் பார்த்த கொஞ்ச நேரத்தில் இதுகூட அர்த்தமற்றதாகப் பட்டது அவருக்கு. மழை பெய்து வேலை நடந்தாலும் வானம் பார்த்த பூமியில் விளைவு நிச்சயமா?

'நெனப்பு பொழப்ப கெடுத்துச்சாம். போன வருசம் ஐப்பசி செழிச்சு வேலை நடந்துச்சு. வெள்ளாமை வீடு வந்து சேர்ந்துச்சா...? நித்திய கண்டம் பூரண ஆயுசுன்ற மாதிரிதான். சம்சாரி வானத்தை நம்பி கை விதையைக் கொட்டி - கடன் வாங்கி - களை எடுத்து உரம் போட்டா... அடுத்த மழை பெய்யாம பயிர் கருகி சாவியாப் போச்சு. வானம் பார்த்த சம்சாரி வாழவும் முடியாம, சாகவும் முடியாம உழைச்சு களைச்சிப் போனதுதான் மிச்சம்.'

இந்த பஞ்ச காலத்திலும் பெண்களுக்கு உழைப்பு குறையவில்லை. குடிதண்ணீர் சுமப்பதே பெரும் வேலை. 'மாமியார் செத்து மருமக வடித்த கண்ணீராய்' சுரக்கும் ஊற்றுநீர் சுமக்க இரண்டு மைல் நடக்கணும். அதை எடுப்பதிலும் பெரும்போட்டி, அவர்களுக்குள் அடிதடி.

மனைவி பொன்னாத்தாவும் சின்ன மகள் பூமயிலும் ஊற்றுக்குத்தான் போயிருந்தார்கள்.

"சீரழிஞ்ச கட்டை பொன்னாத்தா. வந்த நாள்ல இருந்து 'உஸ்'னு உக்கார நேரமில்லாம உழைக்கிறா. காதுல, மூக்குல எதுவும் போட்டுப் பார்த்ததில்ல. நல்ல துணியாச்சும் வாங்கி உடுத்த முடிஞ்சிச்சா...? ம். அதுவுமில்ல. சமயத்துல வயித்துக் கூழுக்குக் கூட கருமாயப் படுறாளே.

காணிய வித்து, கடனை வாங்கி ரெண்டு பொண்ணுகளை கட்டிக் கொடுத்தாச்சு. சின்னது பூமயிலை எப்படி கரையேத்த...? எதை விற்க...? பையன் செல்வராசுக்கு என்னத்த மிச்சம் வைக்க...?"

மகன் செல்வராசு மாடுபத்திப் போயிருந்தான். காட்டுல மேய்ச்சலுக்கு என்ன இருக்கு...? ஏதோ காலார திரிஞ்சி வந்தா வயிறு முட்ட தண்ணி குடிக்கும். இப்பொழுது மாடுகள் நிறைய தண்ணி குடிப்பதும் பிரச்சனை தான். கோவில் கிணற்று உப்புத்தண்ணிதான் அதுகளுக்கு. உப்புத்தண்ணி குடிச்ச மாட்டு வயிறு இறங்கி பெரிய ரோமம் வளர்ந்து பார்க்க அசிங்கமாத் தோணும்.

ஆண் வாரிசு இருக்காதோ என சஞ்சலப்பட்ட போது கடைசியாய் செல்வராசு பிறந்தான். குடும்பத்தில் ஒரே கொண்டாட்டம். சொந்தத்திற்குச் சொல்லிவிட்டு பெருமைப்பட்டார்கள். குலசாமிக்கு ரெட்டைக் கிடாய் வெட்டி பொங்கலிட்டார்கள்.

இப்ப நிலைமையில் மகனை நினைக்கும்போது காத்தமுத்துவுக்குப் பரிதாபமாக இருந்தது. அவனும் இந்த ஊருலதான் வாழ்க்கை நடத்தணுமோ...? என்கிற திகில்.

"அட செல்வராசு... பாவி மகனே, ஓம் பொழப்பும் இப்படித்தான் ஓடுமோ. மானாமதுரை 'ஐஸ்கூல்' போயி படிக்கச் சொல்லி 'தலையில தலையில' அடிச்சிக்கிட்டேனே. அரிமண்டபத்து அஞ்சாப்போட நிறுத்திட்டியே, கவர்மெண்டு உத்தியோகம் கொடுத்து வைக்கல்லியே. கோட்டுஞ் சூட்டும் மாட்டிப் பார்க்க முடியாதே. ப்ச்... உன்னைச் சொல்லி என்ன செய்ய? ஒந்தலெயெழுத்து கட்டைக் கலப்பையோடதான்."

காத்தமுத்துவும் ஐம்பது வயதை இந்த ஊரில் உருட்டியாகிவிட்டது. ஆனசொகமா இருந்ததில்லை. அப்பன் பாட்டன் தலைமுறையும் இந்த ஊருலதான் பிழைப்பு நடத்தியிருக்கு. செழிச்சி வாழ்ந்த சரித்திரமில்லை. கூழு இருந்தா உப்பில்லாம வாழ்ந்த பொழப்புதான்.

"ஊரை விட்டு வெளியேறினவன் பாடு தேவலாம், கொரங்கு கருப்பன், மூலை வீட்டுக்காரரு மகனெல்லாம் சொகமா வாழ்ந்துக்கிட்டிருக்கானுக. கூலி பொழப்பு பொழைச்சாலும் மதியம் சுடச்சுட உப்பும்- உரப்புமா, நாக்கு ருசிக்க சாப்பாடு. என்வயசுக்காரனுக. ம்... என்னையுந்தானே கூப்பிட்டானுக. எங் கெரகம் இங்க கெடந்து சீரழியுறேன். "ஓடுனவன் ஒம்பதாம் இடத்து ராசா; அம்புட்டவனுக்கு அஷ்டமத்துச் சனி'ன்ற மாதிரியா".

இந்த பஞ்சகாலத்துல உள்ளூரிலோ, சுற்றுவட்டாரத்திலோ வேலை செய்து பிழைக்க எதுவும் வழியில்லை.

காட்டுக் கருவச்செடிகள் தேடுவாரத்துப் போயி இருந்ததெல்லாம் ஒரு காலம். விறகு வெட்டி வண்டியேத்தி டவுனுக்குப்போனா ஏதாச்சும் காசு தேறும். செலவுக்கு ஆகும்.

இப்பொழுது எல்லாம் காண்ட்ராக்ட் ஆகிவிட்டது. காண்ட்ராக்ட்காரன் கையோட லாரி லாரியா ஆளு கொண்டாந்து பத்து நாள்ல வெட்டி தீர்த்துடுறான். கரிமூட்ட வேலைக்குக்கூட மிஷின் வந்தாச்சு.

கொஞ்ச நாளாக அன்றாட பொழுது போவதே பெரும்பாடு. அடுத்து வயிற்றுப் பசியை எப்படி ஆத்த? என்கிற பயம் காத்தமுத்துவுக்கு.

"மானாமதுரை பாண்டி கடையில கடனுக்கு வாங்கி வந்த கேப்பை ரெண்டு நாள் கூழு காய்ச்ச வரும். அடுத்து என்ன செய்ய...? எத்தனை நாளைக்கு அவருகிட்ட தலைய சொறிய. இனிமேல் என்ன பாசாங்கு செஞ்சாலும் எடுபடாது. ஊர்ல கூட யார்கிட்டயும் கடன் கேக்க முடியாது. எவன் தருவான்...? எல்லாப்பய பொழப்பும் அப்பிடித்தானே இருக்கு".

சின்னமகள் கல்யாணச் செலவுக்கு ஆகும்னு ஆடும் குட்டியுமா பத்து உருப்படி நின்னது. பங்குனி மாசத்து வெயில் தாங்காம பாதி உருப்படி செத்துப் போச்சு. மீதி இருந்ததை விற்றுத்தான் இதுவரை வயிற்றுப்பிழைப்புப் போனது.

மகளின் கல்யாணம் இடையிடையே காத்தமுத்துவை மிரட்டிய போது, வயித்துப்பாடு... உசுரு... போன்ற நினைவுகள் முன்னுக்கு வந்து நின்றன.

"இனிமே மனுஷன் இங்க இருந்தா மாண்டுபோவான். தஞ்சாவூரு காட்டுக்கு கிளம்ப வேண்டியதுதான். களை எடுத்தோ கருதருத்தோ பொழச்சுக்கலாம்.

மாடுகளை மானாமதுரை சந்தைக்கு ஓட்டணும். நல்ல விலைக்குப் போகாது. அடிமாட்டு விலைக்குத் தான் போகும். வழிச் செலவுக்கு காசு வேணுமே...? வந்த பணத்துக்கு வித்துட வேண்டியதுதான்.

இந்த ஊர்ல வாழ்ந்து என்ன ஆட்டிவச்ச பீடை, என் அப்பன் பாட்டனை பிடிச்ச தரித்திரம், என் மகனை தொட வேணாம். ஊரை தலைமுழுகிட்டுப் புறப்படவேண்டியது தான்."

கடந்த பத்து பதினைந்து நாட்களாகவே நோக வைக்கும் சிந்தனை. காத்தமுத்துவை வளைய வளைய வந்த பலபல யோசனைகள். நல்ல தூக்கம் போட்டு நாள் கணக்காகிவிட்டது.

சஞ்சலத்தில் மூழ்கிய அவரின் மனசு சோர்ந்தது. அயர்ந்து போயிருந்தக் கண்களின் மேல் இமைகள் மெல்ல விரிந்து கீழ் இமைகளைத் தொட்டு விழிகளை மறைத்தது. தலை தூக்கத்தில் தள்ளாடி குலுங்கியது. படாரென்று இமை சுருங்கி கண் திறந்தது. பலமுறை இமை மூடுவதும், திறப்பதும், தலை தள்ளாடுவதுமாக இருந்தவர், கடைசியாகக் கைமடக்கித் தலைக்கு வைத்து, கால் நீட்டி வெறுந்தரையில் உறங்கிப் போனார்.

பொழுது உச்சிக்கு வந்து மேல்புறம் இறங்கத் தொடங்கியது. வெயில் மூடி மூடி அடித்தது. காற்று குளிர்ச்சியாய் வீசியது. பளீர் பளீரென மின்னலும், குமுறலுமாக இருந்த வானத்தில் இடியும் சேர்ந்து கொண்டது.

ஊற்றுக்குப் போயிருந்த பெண்கள் தண்ணீர் எடுத்தும் எடுக்காமலும் வீடு நோக்கி விரைந்து வந்தார்கள். ஆடு மாடு மேய்க்க காடுகரைக்குப் போனவர்கள் தொங்கு ஓட்டமாக வீடு வந்து சேர்ந்தார்கள்.

ஆழ்ந்தத் தூக்கத்திலிருந்த காத்தமுத்துவை, "அப்பா, அப்பா! எந்திரிங்க, மழை பெய்யுது, இடி இடிக்குது" என மகள் பூமயிலு மகிழ்ச்சியும் பீதியுமாக எழுப்பினாள். வாரிச் சுருட்டி எழுந்தவர் தெருவை வெறித்தார்.

இடித்து மின்னிய வானத்திலிருந்து பொட் பொட்டென்று தடித்த வெள்ளிக் கம்பிகளாக மழை இறங்கியது. அதிசயம் கண்டதுபோல் கண்களை அகல அகல விரித்துப் பார்த்தார் காத்தமுத்து.

மழைத்துளிகளின் நெருக்கம் அதிகமாகி வேகமெடுத்துப் பெய்தது.

வாசற்படியில் நின்று தலையைக் குனிந்து தெற்காகப் பார்த்தார். கொஞ்சம் முன்னேறி கிழக்கு நோக்கினார். தலையை மேற்காக திருப்பினார். மேற்குச் சுவரை ஒட்டிய சந்தின் வழியாக வடக்கில் பார்த்தார். மழை நாலாபுறமும் சீராகப் பெய்து கொண்டிருந்தது.

"ஆடு மாடு குடிக்க குண்டு குழிகளில் தண்ணி தங்கும். இனி பொம்புளப் புள்ளைய ஊத்துக்குப் போயி சீரழிய வேணாம். துணிமணிய அலசி ஒடம்பை நனைச்சுக்கலாம்", அவருள் ஈரம்.

"வாயில்லா சீவன்களுக்கு வயிறார மேஞ்சு வர புல் பூண்டு முளைக்கும்" மனசுக்குள் துளிர்ப்பு.

"காலங் கடந்தாலும் காடு கரைகளில் ஏதாச்சும் விதைக்கலாம். எள்ளுக்கு நல்ல பட்டம். எளச்சவன் எள்ளு விதைன்னு பழமொழி. சமயத்துல தூக்கி விட்டாலும் விட்டுடும். ஊடு பயிராக் கம்பு போடலாம். பாதிநாள் பசியாத்தலாம். சந்தோசப் பசுமை...

"தை பொறந்ததும் கடன் ஒடனுக்கு அஞ்சாறு ஆடு குட்டிகளை வாங்கி வளர்க்கலாம். ரெண்டு வருசம் நின்னா பூமயிலு கல்யாணத்துக்கு மொதலாயிடும்.

பையனும் கொஞ்சம் வளர்ந்து பெரிய மனுசனாயிடுவான். இன்னும் 'நாலு குறுக்கம்' காடுகளை யாருகிட்டயாவது கேட்டு பங்கு பலனுக்கு போடலாம்" எண்ணத்தில் விசாலம்.

"ஊருவிட்டு ஊருபோயி, ஜில்லாவிட்டு ஜில்லாதாண்டி கண்காணாத எடத்துல எவன்கிட்டக் கையைக் கட்டி நிக்க? என் அப்பனும் பாட்டனும் அப்படியா வாழ்ந்தாக. அவங்க வாழ்ந்த மண்ணுல எம் மகனுக்கு ஒரு எடமில்லாமலா போயிடும்" காத்தமுத்துவுக்குள் செழித்து வளர்ந்த நம்பிக்கை.

செம்மலர் சிறுகதை போட்டி (பிரசுர தகுதி) 1995

விசாலம்

இன்னும் எழுந்திருக்க முடியவில்லை. காலம் காலமாக கட்டிக்காத்த கௌரவம் இடிந்து உடம்பை அழுத்தும் சுமையை உதறித்தள்ளி உட்கார இயலவில்லை. படுத்த படுக்கையாகவே கிடந்தாள். வெள்ளைச் சேலையும், நெற்றி நிரம்பிய திருநீறுமாய் சாதி ஆச்சாரம் தவறாத விசாலமைக்கு இது ஒரு சவாலாகவே அமைந்துவிட்டது. பெற்ற பிள்ளை – அதுவும், தான் பெற்ற பிள்ளை இப்படியும் நடப்பாளா? நினைத்துப் பார்க்கவே வேதனையாக இருந்தது.

சாதிசனத்தை நினைக்கும் போது ரொம்பவும் பயமாக இருந்தது. சொந்தங்கள் முகத்தில் எப்படி விழிப்பது? இனியும் எப்படித் தானும் ஒரு மனுசியா நடமாடுவது? நினைவுகள் நீர்த்தாரையாய் பெருகிக் கொண்டிருந்தன. உயிரை மாய்த்துக் கொள்ளலாம் என்ற சிந்தனை எழும்போதெல்லாம் தான் ஒருத்தியே கதியாக நிற்கும் மீனியை நினைத்து மனசு தவித்தது.

"சண்டாளி! இப்படிச்செய்வாளென்று கனவுலயும் நெனைக்கிலியே. ஓடுகாலி, உள்ளார எவ்வளவு ஆசையை மறைச்சு, சமயம் பார்த்து கிளம்பிட்டாளே. பெத்து வளர்த்து ஆளாக்கின என்னை நெனச்சாளா? சின்னவள் மீனியைப் பற்றி, அவளோட எதிர்காலம் பற்றி யோசிச்சுப் பார்த்தாளா?"

இரண்டு நாட்களாகவே இதே முனுமுனுப்பு. தனக்கொரு வாழ்க்கை, தன் ஆசைக்கொரு தீனியைப் போட்டுக் கொண்ட உமையாளை நினைக்க நினைக்க பெத்தவயிறு பத்திக் கொண்டு வந்தது.

எங்கே போனாள் என்பது தெரியவில்லை. ஆனால் வீட்டிற்கு எதிரிலிருந்த பள்ளியில் வேலைபார்க்கும் வாத்தியார் தாமஸ் கூட ஓடிவிட்டாள் என்பது மட்டும் உறுதியாகத் தெரிந்தது.

"முறை கெட்டபயல், வாத்தி இப்படியும் நடப்பானா? ஒழுக்கத்தை உபதேசம் பண்ண வந்தவன், உண்மையைச் சொல்ல வந்தவன். இவ்வளவு கீழ்த்தரமாய்... சாதியோ, மதமோ, எதிலும் சேத்தியில்லாத பயல். திருட்டுத்தனமா அழைச்சிட்டு ஓடிட்டானே."

தாமஸ் வாத்தியார் இப்படி நடந்து கொண்டது ஆச்சரியமாகத்தான் இருந்தது விசாலமைக்கு. எத்தகைய வறுமையிலும், தன் நிலைமையை சொந்தங்களிடம் சொல்லிப் புலம்பாத கௌரவம், எப்பொழுதேனும் மனச்சுமையைக் குறைக்க நினைத்தால் வாத்தியிடம் மட்டுமே சொல்லி அழுவாள். அவர் காட்டும் பரிவும், கூறும் ஆறுதலும் மனசிற்கு இதமாய் இருக்கும்.

"மனுசன் பசிச்சா மலத்தையா தின்னுடுவான்? யானை படுத்தாலும் பூனைக்குமா கொறைஞ்சிடும்? குடும்பமானத்தை இப்படி வித்துட்டுப் போய்ட்டாளே - நம்ம பழைய பெருமையை நினைச்சுப் பார்த்தாளா? 'நாவன்னா காவன்னா' குடும்பம்னா எவனும், நாலடி தள்ளி நின்னுதான் பேசணும்."

ஒரு காலத்தில் ஓகோ... என்றிருந்த குடும்பம். விசாலமையின் மாமனார் "நாவன்னா காவன்னா" பேர் போக வாழ்ந்த மனுசர். இவருடைய முழுப்பெயர் கூடப் பலருக்கு இதுவரை தெரியாது. பர்மா போக்குவரத்து இருந்த காலத்தில் கட்டப்பட்ட இந்த வீடு. சுற்று வட்டாரத்தில் அப்பொழுது பெருமையாகப் பேசப்பட்ட பங்களா. இப்பொழுது எந்த நேரத்திலும் இடிந்து விழலாம் என்கின்ற நிலைமை. சுற்றுச் சுவர்கள் பிளந்து விரிந்து நிற்கும் கொடூரத் தோற்றம். பராமரிக்க இயலாதார் குடியிருக்கும் பரிதாபக் காட்சி. வீட்டைக் கூட பழைய மரச்சாமான்களுக்கு விற்று ஒரு தொகை பெறலாம் என்றாலோ பங்காளிகள் பின்னிக் கிடக்கும் சிக்கல். பழைய கௌரவத்தை இதுதான் தாங்கிப் பிடிப்பதாய் ஒரு பிரமை.

இந்த நாட்களில் குடும்பத்தின் நித்திய ஜீவனம் என்பதே ஒரு வகை எதிர்பார்ப்பில்தான் நடந்து கொண்டிருந்தது. பழைய கிழிசலையும் ஒன்றிரண்டாக வரும் ஜாக்கெட் துணிகளைத் தைப்பதிலும், ஓலையில் அழுகுப் பொருட்கள் பின்னிக் கொடுப்பதிலும்தான் வயிறு கழுவி வந்தார்கள். இதிலும் கூட உமையாளுக்குத்தான் ரொம்பவும் பொறுப்பு இருந்தது.

உமையாளை நினைத்துப் பார்க்கவும், பரிதாபமாகத்தான் இருந்தது. இதுவரை எந்த சனமும் வாயில் வைத்துப் பேசாத பக்குவமான நடத்தை. வட்டமுகமும், நெற்றிக் குங்குமமுமாய் வாட்டசாட்டமாக இருந்த தோற்றம். இப்பொழுதெல்லாம் முப்பது வயதைத் தொட்டுவிட்டிருந்தாள். இதுவரை விளையாட்டாய்க் கூட எவரும் பெண்பார்க்க வந்ததில்லை. பொருத்தமில்லா வயதோடு பொருத்திப் பார்க்க நினைத்தார்கள். இனி ஒரு வசந்தம் வரும், வாசலைத் தட்டும்

என்ற நினைப்பெல்லாம் போய்விட்டிருந்தது. இந்த நேரத்தில்தான், இப்படி என நினைத்தபோது அவளின் மீதான வெறுப்புக் கொஞ்சம் குறைய ஆரம்பித்தது.

உமையாள் எதில் குறைச்சல். அழகு, அறிவு எதிலும் குறைச்சல் இல்லியே. அவளோட தங்கக் குணத்தைப் புரிஞ்சுக்க தகுதியில்லாத சாதி சனம் அவளோட அங்கம் நிறைய தங்கத்தையல்லவா எதிர்பாத்துச்சு. கார், பங்களாவோட இருக்காரு காரைக்குடி சீமான்னு, அறுபது வயசு முடிஞ்ச சாதி மவனுக்கு அந்தியகாலத்து துணையாக்கல்லவா பார்த்துச்சு! இதுவரை முறையான சம்மந்தம்னு பேச எந்த சாதி மகன் முன் வந்தான்?

இப்பொழுது விசாலம்மையின் ஆத்திரம் திசை மாற ஆரம்பித்தது. இது கூட உமையாளின் முடிவாக இருந்திருக்க முடியாது என்பதைத் தீர்க்கமாக நினைத்தாள். தானறிந்தவரை அவர்கள் பேசிப்பார்த்ததாகக் கூடத் தெரியவில்லை. ஆனால் வாத்தியின் குணாதிசயங்களைப் பற்றித் தன் மகளிடம் அடிக்கடிச் சொல்லி பெருமைப்படுவாள். இதுவே, அவரின் மீது ஒரு நம்பிக்கையை ஏற்படுத்தியிருக்க வேண்டும்.

இதுவும் ஒரே சந்திப்பில் தான் நடந்திருக்க வேண்டும். முறைகளின் எதிர்பார்ப்பையும், வாத்தி எடுத்துச் சொல்லியிருக்க வேண்டும். இதன் பின்பே அவளும் இந்த முடிவுக்கு ஆட்பட்டிருக்கலாம் என்றுத் தோன்றியது.

"சரி! இப்படி ஆயிடுச்சேன்னு எவன் வந்து எட்டிப் பார்த்தான்? ஆறுதல் சொல்லி தேத்த நாதியில்லாத சாதி. சொந்தம்னு சொல்லிப் பார்க்க வெட்கப்படுற கூட்டம். புகழ் கிடைச்சாப் பங்கு போட வருகின்ற உறவுமுறை. சங்கடம் வந்தாத் தள்ளி வைக்கிற சாதிசனம்." உறவுகளின் மீது வெறுப்பை உச்சரித்துப் பார்த்தன உதடுகள். அதன் வரம்புகளின் அபத்தங்களை வகைப்படுத்திப் பார்த்தன வார்த்தைகள்.

அவள் நடந்து கொண்டது கூட சரியென்றே பட்டது. தங்கத்தை முன் நிறுத்தி - வகை வகையாய் சீர்பரப்பி இல்லாத பொருளே இல்லாதக் குறை பார்க்கும் இந்தச் சாதியிடம் இவளுக்கு ஒரு கல்யாணம் நடந்திடுமா? ஆச்சாரம், சம்பிரதாயம், கட்டுப்பாடு பேசும் எந்தச் சாதி, வரதட்சணை விசயத்தைத் தளர்த்துகிறது? எந்த ஏழைப் பெண்ணைக் கரையேற்றக் கை கொடுக்க முன் வருகிறது?

"அவ எடுத்த முடிவு ரொம்பச் சரிதான். சாதிசனம் புறக்கணிச்ச உள்ளத்துக்கு ஒத்தடம் கொடுக்கிற தகுதி கூட அந்த தாமஸ் பையனுக்குத் தான் இருக்கு."

உமையாளுக்கு ஜோடி கூடப் பொருத்தமாகக் கிடைத்தது மகிழ்ச்சியாத்தான் இருந்தது விசாலம்மைக்கு. சமுதாயத்தின் அவலங்களைக் கண்டு சீறி, சினம் கொள்ளவும் எளியவரோடு அன்பாகப் பேசி, சின்னதாய் சிரிக்கவும் தெரிந்த இளைஞன் வாத்தி உமையாளுக்கு எவ்வளவு பொருத்தம்!

புதிய உறவை நினைத்து உள்ளம் பூரித்தது. விசாலம்மையின் முகத்தில் மகிழ்ச்சி படர்ந்தது. மனசு லேசாகியிருந்தது. மெல்லப் புரண்டு கை ஊன்றி எழுந்தாள்.

வண்ணக்கதிர் 1995

அப்பாவின் கடைசி விருப்பம்

அப்பாவோட உசுரு ஊசலாடிக்கிட்டிருக்கு. நெஞ்சுக்கும் தொண்டைக்கும் மூச்சு நொண்டியடிக்குது.

இப்ப, அப்பாவை பார்க்கப் பார்க்க என் உடம்பில உள்ள ஒவ்வொரு நரம்பையும் முறுக்கி, சுண்டி இழுக்கிற அவஸ்தையா உணர்றேன். எனக்கு இண்டர்வியூ கார்டு வந்த அன்றைக்கு அப்பா முகத்தில இருந்த அதே சந்தோசம் மீண்டும் திரும்பி ஒளி பாய்ச்சாதான்னு தவிக்கிறேன்.

போஸ்ட்மேன் எனக்கு கவர்மெண்டு வேலைக்கான இண்டர்வியூ கார்டை நீட்டினப்போ அப்பா அடைஞ்சப் பூரிப்பை என்னன்னு சொல்ல?

பூமியிலிருந்து ஆகாயத்தையே கைகளால் தொட்டதைப் போல அவர் முகத்தில மகிழ்ச்சி பெருக்கெடுத்து ஓடுச்சு. தனது பரம்பரையிலேயே முதல் ஆள அரசாங்க உத்தியோகம் பார்க்கப் போகும் என்னை நினைச்சு ஒரு நிமிடத்தில் உலகையே வலம் வந்த மாதிரி அவருக்குள்ள பெருமிதம்.

வேலைக்குச் சிபாரிசு வேணும்ன்னு சில பேரு சொல்ல... அப்பாவுக்குள் லேசா குழப்பம்.

எங்க ஊருல விபரம் தெரிஞ்ச வேலுச்சாமி அண்ணனை சந்திச்சோம். அவரோட நானும், அப்பாவும் பஸ் ஏறி டவுனுக்குப் போனோம். அண்ணன் ஆளுங்கட்சிக் கிளையைப் பார்த்து, ஒன்றியத்தோட பேசி, எம்.எல்.ஏ. ஏசண்டை பிடிச்சாரு.

பிடிச்சது புளியங் கொம்புன்னார் வேலுச்சாமி அண்ணன்.

ஏசண்டு பேச ஆரம்பிச்சாரு அப்பா முகம் பார்த்து. "இந்தா பாருங்க பெரியவரே! காசில்லாம கதையாகாது. எம்.எல்.ஏ. நமக்கு வேண்டியவரு. மந்திரிக்கு மச்சினரு. அவரு நினைச்சா எதை வேணும்ன்னாலும் சாதிக்க முடியும். இது அவருக்குப் பெரிய விசயமில்ல. உங்கப் பையனுக்கு வேலை நிச்சயம்"னு விலையைச் சொன்னார் அவர்.

'கவர்மெண்டு வேலைக்கு காசா...?' அப்பா மனசுல ஆச்சரியமா- ஆத்திரமா கேள்வி கொக்கி போட்டுச்சு. கொஞ்ச நேரத்துல ஆத்திரம் மாறி, மனசை ஆத்தி 'ம். எதை இழந்தும் இந்த வேலையை வாங்குறது'ன்னு கங்கணம் கட்டினாரு அப்பா.

இழக்குறதுக்கு என்ன இருக்கு...?

ஒண்டியிருக்கிற ஓலைக் குடிசையை வச்சிக்கிட்டு ஒத்திக்கு இருந்த ஒரே சொத்து 'ஊரோரத்துச் செய்'யும் கிரயமாச்சு.

பற்றாக்குறைக்கு ஊராரு கையிலக் கால்ல விழுந்து பணம் கேட்டாரு அப்பா. 'உம்ம பையன் அதிர்ஷ்டக்காரன். அவன் குணத்துக்கு வேலை கண்டிப்பா கிடைக்கும்'னு வாழ்த்திக் கடன் கொடுத்தாங்க.

மொத்தத் தொகைய தேத்தி எம்.எல்.ஏ. ஏசண்டுகிட்டக் கொடுத்து, ஓங்கு தாங்கான உடம்பை ஒன்னரை முழமாக்கிக் கும்பிட்டாரு அப்பா.

கட்டிக் கரையேத்துற நிலைமையில இருந்த இரண்டு பொண்ணுக ஞாபகம் வந்துச்சு. இன்னைக்கோ நாளைக்கோன்னு வயசுக்கு வர்ற பக்குவத்தில் இருக்கிற சின்னமக நினைப்பு பயமுறுத்திச்சு. அத்தனை நினைப்புகளையும் தைரியமா எதிர்த்தாரு அப்பா. என் கவர்மெண்டு வேலையில் வரப் போறக் காசை கணக்குப் போட்டு. கரையேத்திரலாம். கடனை அடைச்சிரலாம்கிற தெம்பு.

அப்பா என்னைய மனுசனாக்கணுங்கிற முயற்சியில எப்ப அயர்ந்திருக்காரு...?

ஒரே நிலத்தை ஒத்தியாக்கிபுட்டு என்னைய காலேஜில சேர்க்க தயக்கங் காட்டல. என் படிப்பு தொடரவும், குடும்பம் பசியாத்தவும் ஓடி ஓடி உழைக்குறதுல சோர்ந்து போகல.

அப்பாவை வறுமை துரத்துற போதெல்லாம் என்னோட 'பெரிய படிப்பு- ஊரிலியே மொதப் பட்டதாரின்ற அந்தஸ்தை நினைச்சு ஆறுதல் அடைஞ்சாரு.

ஒவ்வொரு நாள் விடிஞ்சப்பவும் வேலையை கையில வாங்க தபால்காரரை எதிர்பார்த்து நின்னாரு அப்பா.

காசு கொடுத்த வேலை வந்து சேராம காலங் கடந்து போய்க் கொண்டிருந்துச்சு.

ஒவ்வொரு நாளும் அப்பா பதறினாரு. நாள் வாரமாச்சு. அப்பா கலங்கினாரு. வாரம் மாசமாகி வருசத்தை தொட ஒரு வாரம் மட்டுமே இருந்துச்சு. அப்பா தளர்ந்து போனாரு.

வேலுச்சாமி அண்ணனோட நானும் போயி ஏசண்டப் பார்த்து வேலையோட விபரத்தைக் கேட்டா... 'நொப்பன் வீட்டு வேலையா, உடனே கிடைக்க... பொறுய்யா வரும்'ன்னாரு அவரு.

எம் மனசு தவிச்சது. அப்பாகிட்ட எப்படி சேதியச் சொல்ல. அவரு என்ன ஆவாரு. 'அப்பா'ன்னு வாயெடுத்து அலறணும் போல இருந்துச்சு.

நான் டவுன்ல சொற்ப சம்பளத்துக்குப் பார்த்து வந்த சின்ன வேலையும் கையை விட்டுப் போயிடுச்சு. கவர்மெண்டு வேலைக்கு அலைஞ்சதுல முதலாளி கழட்டி விட்டுட்டாரு.

இப்பத் தங்கைகளோட விவசாயக் காலத்து கூலி வேலையில்தான் குடும்பம் சாப்பிட்டமோ, சாப்பிடலையோனு பொழுதை ஓட்டுது.

ஊருல கூட பேசிக்கிறாகளாம் 'தரித்திரம் பிடிச்சவன்-இவனோட மூஞ்சிக்கு வேலை எங்க வரப் போகுது'ன்னு.

கடன் கொடுத்தவங்களும் நெருங்கி வர்றாங்க. காசு போயிடுமோங்கிறப் பயம் அவங்களுக்கு. வம்பா நிக்கிறாங்க வட்டியும், முதலும் தரச்சொல்லி.

அப்பா படுத்த படுக்கையாயிட்டாரு. கடன்காரனுக தொல்லையோ- கடனை எப்படி அடைக்கிறதுன்ற பயமோ- பெண்ணுகளைக்கரையேத்த முடியுமாங்கிற பீதியோ... ஏதோ ஒன்னு, அப்பாவை மொடக்கிடுச்சு. பேசுறதுக்கு சக்தியில்லாம சாஞ்சிட்டாரு அவரு.

பதறி அடிச்சிட்டுப் போறேன் ஏசண்டைத் தேடி. அப்பா நிலைமையைச் சொல்லி "ஒ"ன்னு அழுகிறேன். அவன் செலவுக் கணக்கு சொல்ல ஆரம்பிச்சுட்டான்.

மெட்ராஸ் போனது எத்தனை முறை. பயணச் செலவு எவ்வளவு, மந்திரி கையில கொடுத்தது- லாட்ஜ் வாடகை எம்புட்டு'னு சொல்லி 'உன்னோட பணத்துல பைசா மிச்சமில்லை'ன்னுட்டான்.

"உனக்காக நான் பட்ட சிரமம் தெரியுமா? அலையோ அலைன்னு அலைஞ்சிருக்கேன். இனிமேல் இங்கே வராதே'ன்னான். 'போனா போகுது அடுத்த தடவை இண்டர்வியூ வந்தா வேலை வாங்கிக் கொடுத்த பிறகு காசு கொடு. உனக்காக அண்ணன் கிட்ட சிபாரிசு பண்ணுறேன்...ன்னுட்டு' பெரிய மனசுக்காரன் போலச் சொன்னான்.

'அப்பா... அப்பா...' அலறித் துடிச்சு வீட்டுக்கு வாறேன். அப்பா உசுரு நெஞ்சுக்கும் தொண்டைக்கும் மூணு நாளா இழுத்துக்கிட்டு இருக்கு.

ஊருசனம் கூடிடுச்சு. அப்பாவுக்கு ஏக்கமாம். கடைசி ஆசையாம். வேலைக்குக் கொடுத்தப் பணத்தை வாங்கணுமாம்.

ஏசண்டுகிட்ட ஒத்த ருவா துட்டாச்சும் வாங்கி, அப்பாகிட்ட காட்டுனாதான் உசுரு போகுமாம். ஆத்மா சாந்தியாகுமாம்.

அப்பா, உங்களுக்கு இப்ப எனக்கு வேலை வாங்கணும்ங்கிற ஆசையில்லையா? பெண்ணுகளைக் கட்டிக் கொடுத்து வாழ வச்சுப் பார்க்க ஆசைப்படலியா? என் முன்னேற்றத்தைக் கண்டு சந்தோசப்பட ஆசையில்லையா?

"அப்பா...அப்பா..."

உங்க கடைசி ஆசை, கவலை எல்லாம் ஏசண்டு கிட்டப்போன பணம் தானா...?

வெறி வேகத்தோட ஏசண்டுகிட்டப் போறேன். ஒத்த ரூபா துட்டையாவது வாங்கிட்டு வரணும்கிற வைராக்கியம். அப்பாவோட கடைசி ஆசைய நிறைவேற்றிடுவேன்கிற உறுதியோட போயி ஏசண்டோட 'ரூமை' எட்டிப் பார்த்தேன். அவன் என்னைய என்ன விசயம்னு சொல்லவிடல. எதுக்கு வந்தேன்னு கேட்கலை. ஆளுங்களை விட்டு விரட்டச் சொன்னான்.

திரும்ப வீட்டை நோக்கி ஓட்டம் பிடிச்சேன்.

"அப்பா... அப்பா...?"

"....."

என்ன? அப்பா அடங்கிப் போனாரா...!

அய்யய்யோ... அப்பா... அப்பா...

அவரு மேல விழுந்து கதறி அழுகிறேன்.

சனம் பரபரக்குது 'அதோ தபால்காரர்'

ஆவலோட கேட்கிறாங்க "என்ன? வேலைக்கு ஆர்டரா?"

"இல்லை"

திரும்பவும் வேலைக்கு புதுசா இண்டர்வியூ.

தொழிற்சங்க மாநாட்டில் சொன்ன கதை 1994

வளர்ச்சியின் தேய்மானம்

*மா*னாமதுரை ரயில்வே ஸ்டேஷன் வந்திறங்கி, கால் பதித்த சின்னச்சாமிக்குள் தனது கிராமத்து எல்லையை தொட்டுவிட்டதைப் போன்ற சந்தோசம். கண்மாய்க் கரையில் நின்று ஊர் பார்க்கும் உணர்வு.

இருபது வருடங்களுக்கு முன்னால் பஞ்சம் பிழைக்க சென்னை போன குடும்பம். கூலிப் பிழைப்பில் ஊர்வந்து போவது குறைந்து, அங்கேயே நிரந்தரமாகிவிட்டது. இப்பொழுது குலதெய்வத்திற்கு நேர்த்திக்கடன் செலுத்தக் குடும்பத்தோடு வந்திருக்கிறார்கள்.

ரயில்வே ஸ்டேஷனிலிருந்து பஸ்பிடிக்கப் போனபோது, தனது ஊருக்கு இங்கிருந்து குறுக்குப் பாதையில் நடந்த நினைப்பு தலைகாட்டியது.

வளநாடு, வான்புறம், கிளாங்காட்டூர், ஓடைகள், பொட்டக்குளம் கண்மாய், பெரிய குதிரையில் கடிவாளம் பிடித்து, மீசை முறுக்கிக் கம்பீரமாய் உட்கார்ந்திருக்கும் அரிமண்டபம் அய்யனார்சாமி சிலை - கண்ணில் காட்சிகளாக வந்து போயின.

ஊருக்கு பஸ் போவதைப் பற்றியெல்லாம் கேள்விப்பட்டிருந்தார். இன்று தன் குடும்பமே அதில் பயணிக்கப் போவதை நினைத்தபோது அலாதியான ஆனந்தம் அவருக்குள்.

பள்ளிக்கூடம் விட்டுப் பிள்ளைகள் ஊருக்குத் திரும்ப பஸ்சிற்காக காத்திருந்தார்கள். தனது ஊருக்குப் போகும் பிள்ளைகள் எது என்பதை விசாரித்து தெரிந்து கொண்டார். எந்தப்பிள்ளை யார் யார் வீட்டு பிள்ளை என்பதெல்லாம் சரியாகத் தெரியவில்லை. சில முகச் சாயல்கள் மட்டும் தெரிந்தன.

சின்னச்சாமி இங்கிருந்த காலங்களில் ஒன்றிரண்டு பிள்ளைகள் தான் மானாமதுரை வந்து படிக்கும். பிள்ளைகள் நடந்தே நைந்துப் போகும். அதுகள் படும் அவதி சொல்லிமாளாது.

இப்பொழுது ஊர்முழுக்கப் படிக்க டவுனுக்குப் பிள்ளைகளை அனுப்புகிறது. எல்லாம் படிச்சு உத்தியோகத்துக்குப் போயிருங்க... சரி! ஊரைக் காக்க ஒத்தப் பிள்ளை இருக்காதோ; சின்ன கவலையான கேள்வித்தனக்குள் 'ம்... எங்குட்டோஉத்தியோகத்துக்குப் போயி நல்லா இருக்கட்டும்' எனக் கவலையை மீட்டுக் கொண்டார்.

ஒரு நாளைக்கு மூணு தரம் ஊருக்குப் பஸ் போகுதாம். இப்ப யாரும் டவுனுக்கு நடந்தே போறதில்லையாம். பஸ்ஸோ - சைக்கிளோ ஏதோ ஒன்னுல தானாம்!" கேள்விப்பட்ட விசயங்கள் எல்லாம் சின்னச்சாமிக்குள் ஞாபகமாய்த் தொடர்ந்தது.

அவர் ஊரை விட்டுப் போனபோது டவுனிலிருந்து ஒதுங்கி 'அக்கடான்னு' இருந்த கிராமம். சாலை வசதியெல்லாம் ஏது? 'சீக்கு, செரங்கு' வந்துவிட்டால் வைத்தியத்திற்குக் காட்டுச் செடிகள், கசாய மருந்துகள்தான். பிரசவமெல்லாம் மருத்துவச்சி வந்து பார்த்துவிடுவாள். ஆத்திர அவசரமென்றால் மட்டும் டவுனுக்குக் கட்டை வண்டி பூட்டுவார்கள். மழைக்காலங்களில் மாட்டுவண்டி சேற்றில் மாட்டிக்கொள்ளும். இரண்டு ஓடைகளை நீந்தி டவுனுக்குப் போய்ச்சேரணும்.

'இப்ப ஊருல பத்து பசங்களுக்கு மேல் கவர்மென்டு உத்தியோகமாம். அரைகுறையாப் படிச்சதுக, படிக்காததுக டவுனுக்குப் போய்க்கட்டிடம், செங்கல்சேம்பர்னு வேலைபார்க்குதுகளாம். சின்னச் சின்ன வியாபாரமெல்லாம் செய்றாங்களாம். வயித்துப் பாட்டுக்கு அவ்வளவு சிரமம் கிடையாதாம்.

கொஞ்ச காலத்துக்கு முன்னால ,வயித்துக் கூழுக்குக்கூட கருமாயப்பட்ட குடும்பங்க. கார்த்திகை மாசம் வந்தா காட்டுக் குதிரைவாலியை வெளையப் பொறுக்காத வறுமை. பச்சையாக் கதிர்ப் பொறுக்கி அவிச்சி குத்திச் சாப்பிட்ட பரிதாபமெல்லாம் ஒழிஞ்சு போச்சு'. நினைத்த போது மனதில் சொல்ல முடியாத சந்தோசம்.

பஸ்ஸில் வந்து கிராமத்தில் இறங்கினதும் தெரு முனையிலிருந்த பங்காளி பெரியசாமி அண்ணன் வீட்டிற்கு தான் போனார்கள். உறவினர் எல்லோரையும் பார்த்துவிட சின்னச்சாமியின் மனசு ஆசை காட்டி அவசரப்படுத்தியது. மனைவி குழந்தைகளை இருக்கச் செய்து விட்டு ஊருக்குள் நடக்கத் தொடங்கினார்.

பொழுது இருட்டியிருந்தது. தெருவிளக்குகள் வெளிச்சம் காட்டின.

ஊர்முற்றிலும் மாற்றமாகத் தெரிந்தது. ஒட்டு வீடுகள், தார்ஸ் வீடுகள் சின்ன டவுனைப் போல் காட்சியளித்தது.

ஊரின் பழைய தோற்றம் மனசில் நின்றது. தட்டை, கூளம், ஓலையினாலான வீட்டுக் கூரையை கோழிகள் கிளறித் தள்ளும். பனைச் சட்டங்களில் வண்டுகள் துளையிடும். துளையிலிருக்கும் வண்டுகளைக் குச்சியால் குத்தி வண்டின் 'ங்கீ...' இசையைக் கேட்பதே சிறுசுகளுக்கு விளையாட்டாக இருக்கும்.

வீடுகளுக்குக் கூரை மாற்றுவதோ வருசா வருசம் பெரும்பாடாக இருக்கும். வரகம் வைக்கோலையும், கம்பந் தட்டைகளையும் காட்டிலிருந்து கொண்டு வந்து சேர்ப்பதும், வீடு தவறாமல் பெண்கள் குளத்திலிருந்து தண்ணீர் எடுத்து வந்து விரிக்கப்பட்ட தட்டைக் கூளங்களின் மேல் ஊற்றுவதும், ஆண் பிள்ளைகள் எல்லாம் அதை முறைப்படுத்திக் கூரைவேய்வதும் பெரிய வேலையாக இருக்கும். கூலி என்றெல்லாம் எதுவும் கிடையாது. ஓசி வேலைதான்; சின்ன ஒத்தாசை தான்.

பெரும்பாலான வீடுகளில் மின்சார விளக்குகள் எரிந்து கொண்டிருந்தன. சின்னச்சாமி இங்கிருந்த நாட்களில் இதுவெல்லாம் ஏது...? டவுனுக்குப் போனால்தான் இதையெல்லாம் பார்க்கமுடியும். ஊரில் நல்லது கெட்டது என்றால் பெட்ரோமாக்ஸ் லைட் கொண்டு வருவார்கள், புதிதாக வெளிச்சம் பார்க்கும்போது கண்கள் கூசும்.

ஊர்ச் சாவடியில் ஆண்களும் பெண்களும் உட்கார்ந்திருந்தார்கள். அவர்களுக்கு முன்னால் இருந்த டி.வி.பெட்டியில் படம் ஓடிக் கொண்டிருந்தது. சிலர் 'வாங்க மாமா' 'வாங்க சித்தப்பா' என வாய் திறந்து உறவு முறை சொல்லி வரவேற்றார்கள். மற்ற சிலர் தலையை ஆட்டிவிட்டு பார்வையைக் காட்சியில் செலுத்தினார்கள்.

ஒரு காலத்தில் வானொலிப் பெட்டியைக் கூட ஆச்சரியமாகப் பார்த்த கிராமம். இவ்வளவு சின்னப் பெட்டிக்குள் மனுஷன் எங்க நின்னு பாடுறான்; ஆர்மோனியம், தாளமெல்லாம் எங்கிருந்து போடுறான் என வியப்படைந்த மக்கள்...! இந்த கிராமத்திலும் இவ்வளவு வசதிகள்! நினைக்கப் பெருமையாக இருந்தது.

சின்னச்சாமிக்குள் சந்தோசத்தைப் பகிர்ந்துகொள்ள வேண்டுமென்ற பரபரப்பு. கால்கள் கிழக்கு மேற்கா நடைபோட்டது.

வீட்டுத் திண்ணைகளெல்லாம் முன்போல் திறந்த வெளியாய் இல்லை. பெரும்பாலான திண்ணைகள் மூங்கில் தட்டிகளால் தடுக்கப்பட்டிருந்தன. புதிதாக கட்டப்பட்ட வீடுகள் எல்லாம் திண்ணைகள் இல்லாத ஒரு விதமான வீடுகளாக இருந்தன.

மேலத்தெரு கந்தையா மாமா வீட்டின் கொல்லைப்புறத்தில் நெல் அவிக்கும் வெளிச்சம் நோக்கிப் போனார் சின்னச்சாமி. "வற்றது யாரு?' என கட்டிலில் உட்கார்ந்திருந்த கந்தையா மாமா குரல் கொடுத்தார். "நாந்தேன் மாமா மூலை வீட்டுக்காரர் பேரன்." சின்னச்சாமி சொல்லவும்; மாமா எழுந்து 'வாங்கய்யா' எனக் கட்டித் தழுவி வரவேற்றார்.

'என்னய்யா! எல்லாருஞ் சொகந்தானே? பொழப்பு தளப்பு எப்பிடி?' என ஆவல் மேலிட ஒவ்வொன்றாக விசாரித்தார். மாமா பழைய முறுக்கில் இல்லை. மனுசர் கொஞ்சம் தளர்ந்திருந்தார்.

அண்டாக்களில் நெல் அவிந்து கொண்டிருந்தது. ஆச்சரியத்தோடு பார்த்தார் சின்னச்சாமி.

'என்ன மாப்ளே அப்படி பார்க்கிறீய. மம்பானை வச்சி நெல் அவிச்ச காலமெல்லாம் மலையேறி போச்சு மாப்ளே! இப்ப நெல் அவிக்கிற அண்டா இல்லாத வீடு இல்ல. இது இல்லாம நாம் பட்டபாடு நாயும் பட்டிருக்காது. ஆத்திர அவசரத்துக்கு இந்த எளவுப்பய ஊருல ஒன்னு வாங்கிக்க முடியல' கந்தையா மாமா சொன்னது கொஞ்சம் வித்தியாசமான தகவல் போலத் தெரிந்தது சின்னச்சாமிக்கு.

தானறிந்து இந்த ஊரில் நெல், குதிரைவாலி அவிப்பதெல்லாம் 'மண்பானையில் தான். உடையும் மம்பானையையே கொடுத்து உதவிக்கிட்ட 'மனுஷ மக்கள்'.

ஊர்ல முக்கா வாசிப் பேர்கிட்ட மாட்டுவண்டியிருக்கு .நம்ம கிட்டயும் வண்டிப் பூட்றாப்பல மாடுக இருக்குமாப்ளே. எவங்கிட்டயும் ஓசி வண்டி கேட்டு ஓட்ட முடியாதே… அவிச்ச நெல் அரைக்க வாடகைக்குத் தான் வண்டி பிடிச்சாகணும்!' கந்தையாவின் ஏக்கமான வார்த்தைகள்.

"முன்பெல்லாம் ஊருக்குள் மூன்று நான்கு வண்டிகள் தான் இருக்கும். ஆத்திரம்-அவசரம்-புழுங்கல் அரைக்க, குப்பையடிக்க என ஊரே ஓசியா வண்டிப் பத்திப் போகுமே" சின்னச்சாமிக்குள் நினைப்பு.

"என்னமோ மாப்ளே, ஆண்டவஞ் செயலா வீட்டுக்கு ஓடு மாத்திட்டேன். இல்லேன்னா சீரழிஞ்சுபோவேன். இப்பெல்லாம் கூரை மாத்த ஒத்தப்பய உதவமாட்டாள். ஊரே கூடி மனுசனுக்கு மனுசன் ஒத்தாசை செஞ்சதெல்லாம் ஒரு காலமய்யா.

தாயில்லாப் பிள்ளைகளை கூட ஓசிப்பால் கொடுத்து வளர்த்தப் பய ஊரு. இப்ப தண்ணி மோர்கூடக் காசாகிப் போச்சு மாப்ளே!'' கந்தையா மாமாவின் ஆதங்கமான பேச்சு சின்னச்சாமிக்குள் இருந்த வளர்ச்சியின் சந்தோசத்தை நெருடியது.

கலை இலக்கிய மலர் காரைக்குடி 1996

பிரிவு

அந்த வீட்டின் முன் திரண்டு நின்ற எல்லா இதயங்களும் கலங்கினது. ஊரைவிட்டு ஒரு குடும்பம் காலியாவதை நினைத்தபோது இனம்புரியாத திகில் உணர்வு அவர்களுக்குள். 'செல்லம்மாக் கிழவி இனி வரமாட்டாளா?' என்கிற ஊமையான கேள்வி ஒவ்வொருவர் மனதையும் பிறாண்டிக் கொண்டிருந்தது.

'பிரிவு என்பது அவ்வளவு சுலபமானதா?'

ஆண் வாரிசு அத்துப்போன காவல்கார மாயாண்டிக்கு ஒத்தக் கொடியாய்ப் பிறந்து, கால் மடக்கி மண்டியிட்டுத் தவழ்ந்து, தத்தி நடைபயின்ற மண்ணிலிருந்து பாவாடைச் சிறுமியாய், தாவணிக் குமரியாய்த் திரிந்து ஓடி விளையாண்ட ஊரிலிருந்து, அப்பன் சொத்தை அயல் ஊருக்குக் கொண்டு போக முடியாதுன்னு உள்ளூரிலே வாழ்க்கைப்பட்டு, உறவுகளோடு சந்தோசத்தில் மகிழ்ந்து சலிப்புத் தட்டியபோது, சண்டையிட்டு வாழ்ந்த இடத்திலிருந்து இதன் எல்லாத் தன்மைகளுக்கும் ஐக்கியமாகிப் போன நிலையிலிருந்து விடுபடுவது எளிதா?

அப்படி ஒரு கட்டாயம் செல்லம்மாக் கிழவிக்கு.

சாப்பாடு தயாரிப்பதே பெரும் பிரச்சனையாகிவிட்டது. உலை வைக்கத் தண்ணீர் எடுத்து வரவோ அடுப்பெரிக்க சுள்ளி பொறுக்கவோ அவதிப்பட்டாள்.

நடையில் தள்ளாட்டம், பார்வையில் தெளிவின்மை, எல்லாம் வயோதிகம் கொடுத்து விட்ட வரப்பிரசாதமாய், இயற்கையின் இயல்பாய்.

கிழவிக்கு உதவ ஊரில் யார் இருக்கிறார்கள்? விடிந்தால் ஊரே வேலைத் தேடி காட்டுக்குப் போய் விடுகிறது. தவிச்சவாய் தண்ணீருக்கே அலையுற பொழப்பு. ஊரை விட்டு இரண்டு கல் தொலைவில் நாட்டார் ஓடை ஊற்றில் சுரக்கும் ஒவ்வொரு சொட்டுத் தண்ணீருக்கும் தவம் கிடக்கிறது சனம்.

கிழவிக்குச் சீக்குச் செரங்கு வைத்தியம் பார்க்க வழி ஏது? பஸ் வசதி இல்லாத பாழூங் கிராமம். பக்கத்துக் குடியிருப்புக்கு அடுத்த ஊருக்குப் போய் பஸ் பிடிக்கக் கண்மாயைக் கடக்கணும். வயல் வரப்புகளில் நடக்கணும்.

அவளுக்காக மாட்டு வண்டி பூட்ட யார் தயாராய் இருக்கிறார்கள்? அக்கம் பக்கம் அத்தனை பேரிடமும் வீம்பு. அடுத்த வீட்டு கோழியோ எதிர்த்த வீட்டுக் குட்டியோ எதையும் அண்ட விடாமல் சண்டை. வீட்டுச் சுவற்றில் தப்பித் தவறி ஆடு உரசினால் கூட கிழவி போடும் கூப்பாட்டில் ஊரே கூடிவிடும். சதா காலமும் தொண தொணத்துக் கொண்டேயிருப்பாள்.

'கெழட்டு முண்டை ஏங்கெடந்து சீரழியுறா?'... நாம தான் கெடக்கோம் விதிய நெனச்சு. அனுபவிக்க கொடுத்து வைக்காத சீரழிஞ்ச பய மவ; ஊர்சனம் கரித்துக் கொட்டும்..

கணவனை இழந்து கைம்பெண்ணாய் இருந்தவளுக்கு ஒரே ஆதரவாய் இருந்த மகன். படித்துப் பட்டணத்திற்குப் போய் இன்று முதலாளியாய் உயர்ந்து இருக்கும் ஒத்தப்புள்ளை. தொட்டதற்கெல்லாம் எடுபிடி ஏவலாட்கள். கார், பங்களா... வாழ்க்கை.

இதற்கு முன் கிழவியை எத்தனையோ முறை பட்டணத்திற்கு அழைத்துப் போய் ஆகிவிட்டது. அம்மா மீது உயிரையே வைத்திருக்கும் மகன். பாசத்தில் உருகும் பேரக்குழந்தைகள். பாங்காய் கவனிக்கும் மருமகள். வேளா வேளைக்கு உணவு. சிறு தீனிகள், குளிக்க வெந்நீர், தினம் தினம் உடுத்த மாத்த துணிகள், படுக்கை வசதி... ராஜ மரியாதை தான் கிழவிக்கு.

ஒரு வாரமோ பத்து நாளோ அதற்கு மேல் இருப்பு கொள்ளாது. கிழவிக்கு ஊர் ஏக்கம் வந்துவிடும்.

ஊரைச்சுற்றி அடர்ந்திருக்கும் காட்டுக் கருவேல மரங்கள்... கரையடி முனியப்ப சாமி கோவில் காவலுக்கு நிற்கும் அய்யனார் தெய்வம்... தெற்குப் புஞ்சைகளை துண்டித்துப் போகும் ரயில்வே லைன்... கோடையில் பொட்டலாய் காட்சியளிக்கும் வயல்வெளிகள்... எப்பொழுதோ செழித்திருக்கும் விவசாயப் பயிர்கள்... ஊர் ஆலமரத்தில் இரவுப் பொழுதில் கூடிக்கலையும் பறவைகள் எழுப்பும் ஒலிகள்...

ஞாபகங்கள் திரளும். ஊர்த் திரும்ப ஆசை வரும். அங்கு, தான் படும் அவதி ஆசையை மடக்கும். மீண்டும் எழும் மண் நேசம் சுகத்தைப் புறந்தள்ளும். திரும்பியே ஆக வேண்டும் என்ற முடிவுக்கு வந்து விடுவாள்.

விருப்பத்தை மகனிடம் சொல்வாள். ஊரில் அம்மா படும் துயரத்தை நினைத்து மறுப்பான். எத்தனை சொல்லியும் கேட்கமாட்டாள் கிழவி. அழுவாள். அடம் பிடிப்பாள். தாய்மை வெல்லும். ஊர் கொண்டு வந்து சேர்ப்பான் மகன்.

இன்று அந்த நம்பிக்கை எல்லாம் அற்றுப் போய்விட்டது கிழவிக்கு. வேர் பறிக்கப்பட்டு விழுந்த மரமாக ஊரோடு இருந்த பிணைப்பு அறுந்துவிட்டது. காடு கரையும் வீடும் விலை பேசியாகிவிட்டது.

இனி கண்மாய் காலாங்கரைக்கு போகும் கணக்கில் அந்தக் குடும்பம் இல்லை. கிராம தேவதை கும்பிடும் காளாஞ்சி பதிவில் அந்த வீடு இல்லை. கிராமத்தின் பொது மீன் கூறு அவர்களுக்கு இல்லை. இல்லை எனும் சூனியங்கள் வனாந்திர இருட்டைப் போல் பயம் காட்டி துரத்தும் உணர்வில் வாய் விட்டு புலம்பினாள்.

"இனி எனக்கு இந்த ஊரு உறவறுந்து போச்சோ... நான் பொறந்த மண்ணு எனக்கு அன்னியமோ... அப்பன் வீட்டு சொத்தை எழந்துட்டேனே... என் புருசன் காணிகரை கைவிட்டு போயிடுச்சே... இந்த சுடுகாடு கொடுத்து வைக்கலியே"...

கிழவி ஏங்கினாள். குஞ்சுகளைப் பிரித்து விரட்டப்பட்ட தாய்க்கோழியாய் மருகினாள். நீரிலிருந்து பிரிக்கப்பட்ட மீனின் துடிப்பைப் போல் நெஞ்சு படக் படக் என அடித்துக் கொண்டது.

மகன் கொண்டுவந்த காரில் ஏற்றி உட்கார வைக்கப் பட்டிருந்தாள் கிழவி. கூட்டம் அவளைச் சுற்றி நின்றது. கிழவி பரிதவித்தாள். சிறைக்குச் செல்லும் கைதியின் மனநிலை தான். ஊரை விட்டு இனி பிரியாமல் இருக்க வழியே இல்லையா என அலை மோதிய உணர்வு. கால்கள் ஒத்துழைத்தால் இறங்கி ஓடிவிடலாமா?... என்கிற எண்ணம்.

தன்னைச் சுற்றி நின்றவர்களை நோட்டம் விட்டாள் கிழவி. இரு கைகளையும் அகல விரித்து ஏதோ பேரிழப்பின் அடையாளமாய் உதறினாள். 'போய்ட்டு வர்றேன்' எனச் சொல்லி விடை பெற வாயெடுத்தாள். நாக்கு குளறியது. விம்மலாய் தலையைக் குலுக்கினாள். விம்மல் வெடித்து "அய்யோ" என கதறினாள்.

கூடியிருந்த சனம் - கிழவியை தூற்றிய மக்கள் - போக மாட்டாளா என நினைத்த உறவுகள் எல்லா முகங்களிலும் சோகத்தின் தாக்குதல்கள். கண்ணீரில் நனைந்த இமைகள் - அழுகையாய் முனகல்கள்.

பயணமானாள் கிழவி.

வண்ணக்கதிர் 1996

காவுகள்

விரித்துப் போட்ட போர்வையாய் தோற்றமளிக்கும் கரிசல் காடு, கம்பும் - சோளமும் – வரகும் - மொச்சையும் - துவரையும் பூத்துக் காய்த்துக் கதிராகி, நெத்தாகி...

'வருசா வருசம் வெளஞ்சா சம்சாரி நிமிந்திர மாட்டானா?'

விளைச்சல் கிடைத்த வருடத்தில் பூரித்து, பழைய பாக்கியை பாதிச் செலுத்தி அடுத்த வருட விளைச்சலில் மீதியையும் முடித்து, இனிவரும் காலங்களின் தொடர்ச்சியான பலன்களில் நிலம் வாங்கி, வீடு கட்டி உல்லாசமாய் வாழ நினைக்கும் மனசுகள்.

பாவம்! சாண் ஏற முழம் வழுக்கும் சம்சாரி. நினைவுகள் கனவுகளாகவே நீண்டு போகும்.

'இயற்கையின் ஏமாற்றுதலுக்கு மட்டுமா?... சக மனிதன்?...'

மாரிச்சாமியின் சொந்த மண். அம்பலகாரன் புஞ்சை. பலனைக் கொடுத்து இரண்டு வருடங்களான வானம் பார்த்த பூமி. மழையறியா நிலம். மாரிச்சாமியின் கடும் உழைப்பால் கீறலாய் கிடந்த உழவு.

புஞ்சையின் தென்மேற்கு மூலையை ஒட்டி, வட்ட வடிவில் நின்ற சிறுகூட்டம் - வயதானவர்கள், இளைஞர்கள், இவர்களோடு பெரிய சோகத்தை உள்ளடக்கிய மாரிச்சாமியின் குடும்பம்.

சாக்கு விரிப்பில் உட்கார்ந்திருந்தார் காளியப்பபூசாரி. கருத்துத் தடித்த உடம்பு, பஞ்சத்திலும் வாடாத தொந்தி, தோளைத் தொட்ட முடி, விபூதிப்பட்டை, வட்டக்குங்குமம், கழுத்தில் துளசி மாலை, இடது கை மணிக்கட்டில் சிவப்புக் கயிறு.

எதிர்விரிப்பில் பெரிய நார்ப்பெட்டியிலிருந்து பூசைப் பொருட்களை ஒவ்வொன்றாய் எடுத்து வைத்துக் கொண்டிருந்தாள் செவந்தி.

'செவந்தி' பெயருக்கேற்ற நிறம். இடுப்பில் விழும் கூந்தலில் பின்னலிட்ட எடுப்பான மனுசி. அது ஒரு காலம். இப்பொழூதோ ரூபம் கெட்டு ஒடுங்கி, எலும்பும் - தோலுமாய், 'பாவம்! பஞ்சகாலத்துல புள்ள குட்டிய வச்சு காப்பாத்துறதுன்னா சும்மாவா?'

அவள் கைகள் பூசைப் பொருளை எடுத்துவைக்க, மனசு போனவார நிகழ்வை எடுத்து வைக்கிறது.

என்றைக்கும் கணவன் மாரிச்சாமி விடிந்தும் விடியாத பொழுதில் ஏர் பத்திப் போய்... உச்சிப்பொழுது வரை உழுவான். மதியப் பொழுதுக்கு மாடுகளை அவிழ்த்து மேயவிட்டு சாயங்காலம் வீடு திரும்புவான்.

அன்றைக்கு வழக்கம் போல் ஏர் பத்திப் போய் – போன கொஞ்ச நேரத்தில் வீடு திரும்பியது, 'என்னமோ – ஏதோ' என எல்லோரையும் பதற வைத்தது. – மாமியார் கிழவி கைகளை உதறி, பரிதவித்தாள்.

"ஏலேய், அய்யா மாரிச்சாமி என்னப்பா? என்ன ஆச்சு? ஏன் அதுக்குள்ளார திரும்பிட்டே?" கேள்விகளால் துளைத்தாள்.

"ஆத்தா..." என்றவன் மிரண்டு போய் பேசினான். "நம்ம புஞ்சை தெக்கு மூலையில... மஞ்ச தடவி, கரும்பொட்டு வச்ச கருவக்குச்சி ஊண்டியிருக்கு. ஊதுபத்தி, எலுமிச்சபழம், குங்குமம் எல்லாம் செதறிக் கெடக்கு..." சொல்லத் திணறினான். தொடர்ந்து வாய் வார்த்தை வரவில்லை மாரிச்சாமிக்கு.

மகன் சொன்னதைக் கேட்ட கிழவி நடுங்கிப்போனாள். "என்னகிரகமோ?... யாருவச்ச தீம்போ?... நமக்குப் போதாத காலமோ?"... கண்ணீர் விட்டுப் புலம்பித் திரிந்தாள். ஊரெல்லாம் சொல்லி அழுதாள். குடும்பமே கலங்கிப் போனது.

அதன் தொடர்ச்சியாய், பூசாரி சந்திப்பும், அவர் பார்த்த குறியும் சொன்ன பரிகாரமும் - உழவு மாடுகளை விற்று, இந்த வேண்டாத செலவுகளும்... நெஞ்சை பிசையும் நினைவுகளோடு இயங்கிக் கொண்டிருந்தாள் செவந்தி.

செம்புத்தண்ணீர், தேங்காய், பழம், எலுமிச்சை, கறுப்புக்கயிறு, எந்திரத்தகடு, எழுத்தாணி, காவித்துண்டு, கால்களைப் பிணைத்துக் கட்டிய சேவல் - விரிப்பு நிறைந்திருந்தது.

பூசாரியின் விழிகள் அசையாமல் பூசைப் பொருளையே பார்த்துக் கொண்டிருந்தன. திருப்தியில்லை முகத்தில். இன்னும் ஏதும் குறையோ?

மாரிச்சாமி தன் இடுப்புக் கயிற்றோடு சுற்றியிருந்தத் துணிப்பையை அவிழ்த்தான். அதிலிருந்த ரொக்கப்பணத்தைக் கட்டை விரலில் எச்சியைத் தடவி எண்ணினான். மஞ்சள் துணியில் முடிந்தான். விரிப்பில் வைத்து கும்பிட்டு எழுந்தான்.

நின்றபடி விரிப்பைப் பார்த்து கொண்டிருந்தான் மாரிச்சாமி. விரிப்பில் இருந்த பொருளும், பணமும் செவலைக்காளைக் காரிக்காளைகளாக தெரிந்தன அவனுக்கு.

''ச்சே! பஞ்சத்துக்குப் புள்ளைய வித்த மாதிரியா... மேனிகுலைஞ்சு வாடியிருந்த வாயில்லா சீவன்களை... தொட்டகை பூ மணக்குமே... செவலக்காளய லேசா தட்னா பறக்குமே. காரிக்காளைக்கு ஒரு அதட்டுப்போதுமே... அதவச்சு வேலை செஞ்சவனுக்கு விக்கத்தான் மனசு வருமா? நானா வித்தேன்?... எனக்கு அப்படி ஒரு பொல்லாத கெரகம் வந்துருச்சே...

சரி வித்ததுதான் வித்தனே, நல்ல வெலைக்கு வித்தனா? எப்படி நல்ல வெலைக்குப் போகும். மாட்டுக்கு ஆன எரையில்லை; நல்ல தண்ணியில்ல. உப்புக் கெணத்துத் தண்ணி குடிச்சி... சத்துக் கெட்டுப்போயி... அட, அம்புட்டுத்தான் விக்கும். ஆத்திரத்துக்குப் போய் செஞ்ச யாவாரம்''.

தட்சிணையை நோட்டம் விட்ட பூசாரியின் பார்வை திடீரென வானத்தை வெறித்தது. உருண்டை விழிகள் சுழன்று, சுழன்று மிரண்டன. தோள் பட்டடையை தொட்ட முடி கழுத்தைச் சுண்ட அசைந்தன. உட்கார்ந்த நிலையிலையே தொந்தி குலுங்கி உடம்பு ஆடத்தொடங்கியது.

'டாய்...' தொண்டையைக் கிழித்து வெளியேறிய சத்தம்,

'ம்கூம்...ம்கூம்...ம்கூம்'

'பதினெட்டாம்படி கருப்பன் வந்திருக்கண்டா...'

சொல்லுங்க சாமி...

'நான் மண்டலஞ் சுத்தி வந்தேன்'

'ம்கூம்... ம்கூம்... ம்கூம்'...

'மூலமுடுக்கு முச்சந்தியெல்லாம் அலைஞ்சேன்'.

'சொல்றது வெளங்குதாடா'

'சொல்லுங்க சாமி'

'வச்சது யாருன்னு வரிசையாத் தேடிப்பார்த்தேன். மூனாம் சொந்தம். பாட்டங்காலத்து சொந்தம்... ஊருவிட்டு ஊரு வந்து வச்ச வெனை'.

முகத்தைச் சுருக்கி கிசு கிசு வென்ற பேச்சு

'மூனாஞ் சொந்தத்தில யாரு...?

'அட சாமியின்னா அம்புட்டுதாஞ் சொல்லும். நாமதா ஊகமா எடுத்துக்கணும்...'

ஊகங்கள். உறவுகளை ஊனப்படுத்தும் ஊகங்கள். இந்தப்பலி யார் தலையிலேலா?

அத்தனை முகங்களிலும் கேள்விக் கொக்கிகள். ஆச்சரியக் குறிகள்.

வியப்பை ஏற்படுத்தி வினாக்குறிகள் எழ வைக்கும் பூசாரியின் உத்தி.

தேங்காய் உடைத்து நீர் விளாவினார். எந்திரத் தகட்டை எடுத்தார். எழுத்தாணியைக் கையிலிடுக்கி எழுத ஆரம்பித்தார்.

கை சுண்டியது. எழுத்தாணியும் எந்திரத் தகடும் தள்ளிப் போய் விழுந்தன. தெய்வங்கள் தடுக்கிறதோ?...

'ஏய்...' நாக்கை மடக்கிக் கடித்தார். மீண்டும் எழுத்தாணியை எடுத்தார். 'விறு...விறு'...   என்று வேகமாக எழுதி முடித்தார்.

மாந்திரீக எழுத்து. தமிழுக்கும் அதற்கும் சம்மந்தமில்லை.

மாரிச்சாமியின் மக்கள் நான்கு பேருக்கும் குடும்ப மொத்தமும் ஏழு பேருக்குமாகத் தகட்டைத் துண்டாடினார்.

அவருக்கும் மனக்கண்ணில் காட்சி இருந்தது. இரண்டாம் சம்சாரம் சொன்ன வார்த்தைகளை சுற்றியது நினைப்பு.

'என்னண்டு இருந்தாலும்.. நா... ஒன்ன நம்பி ஓடியாந்தேன் பாரு... வெக்கங்கெட்ட சிருக்கி நான்... எம்புத்திய செருப்பால அடிக்கணும்யா... செருப்பால.

எம் பொண்ணு ஆளாகியிருக்கா, அவளுக்கு நல்லபடியா சடங்கு செய்யணும்னா... இம்பூட்டு யோசிக்கிற... ஓம் மூத்த பொஞ்சாதி மக சடங்க, ரேடியோ கட்டி, தாட்டூட்டுனு செஞ்சியே.. அப்ப ஒரு கண்ல வெண்ணை. ஒரு கண்ல சுண்ணாம்பா?'...

ஆழமான நினைவுகள், இளையாளின் ஏட்டிக்குப் போட்டி நினைவுகள். ஆனால் இப்போது அவளைச் சமாதானப்படுத்தச் சந்தர்ப்பம் உண்டாக்கிய சந்தோச நினைவுகள்.

'எம்பூட்டு நேரமா தாயத்துல மந்திரம் ஓதுறாரு காளியப்ப பூசாரி. சில்லா விட்டு சில்லா போற பெரிய தொழில்காரருல்ல'.

நினைவிலிருந்து மீண்டு விழித்தார் பூசாரி. மாரிச்சாமியை சைகையாய் அழைத்தார். தயாராய் இருந்த தாயத்துகளில் ஒன்றை

எடுத்தார். உச்சியை பார்த்து முறைத்தார். கைகளை மாரிச்சாமியின் கழுத்தருகே கொண்டு சென்றார். கழுத்தைத் தொட்ட கைகள் பின்வாங்கின. கண்விழிகள் புரண்டன. வாய் பிளந்து நாக்கு முன்னாள் தொங்கியது.

கூட்டத்தில் ஒரே பரபரப்பு. "பூசாரியை சாமி மொடக்கிருச்சு"

"ஆத்தா மாரி மகமாயி! காப்பாத்துடி தாயே... பூசாரி நல்ல மனுசன். நம்ம குடும்பத்துக்கு வேண்டியவரு. ஏழை எளியதுக கிரகத்தைத் தீர்க்கிறப் புண்ணியவான். பதினெட்டடாம்படியா... காப்பாத்துடா அப்பா..." கிழவி பதைபதைத்தாள். பூசாரிக்கு வந்த கெரகத்தைப் போக்க தெய்வங்களுக்கெல்லாம் அழைப்பு விடுத்தாள்.

கிழவியின் புலம்பல் பூசாரியின் காதுகளில் ஊடுருவி மனசை பூரிக்கச் செய்து கொண்டிருந்தது. பார்ப்பவரை மெய்மறக்கச் செய்யும் தனது வித்தையை நினைத்து மனசு பரவசப்பட்டது.

கைகள் இரண்டையும் தரையில் ஊன்றினார். 'ம்ஹீம்...' என முக்கித் தரையில் மெல்ல கால் பதித்து ஆடினார். படிப்படியாக வேகங் கூட்டினார். வடக்கு நோக்கிப் பாய்ந்து ஓடினார். சடா ரெனத் திரும்பி தெற்கு நோக்கிப் பாய்ந்தார். நான்கு திசைகளிலும் ஓடி ஆடி கைகளை வீசினார். 'ச்சூ.... ச்சூ' என்று விரட்டினார். நொண்டி அடித்து ஒற்றைக்கால் ஆட்டம்போட்டார். வட்டமடித்தார்.

திடீரெனச் சைகைக் காட்டி ஒரு எலுமிச்சம் பழத்தை நான்காக்கச் சொன்னார். வாங்கி நான்கு பக்கங்களிலும் எவ்விக் குதித்து வீசினார். தாயத்தைக் கையில் எடுத்து மாரிச்சாமி கழுத்தில் கட்டி முடித்தார்.

சாமி மலை ஏறி இருந்தது. பெருக்கெடுத்து ஓடிய வியர்வையில் பட்ட மாலைக்காற்று இதத்தை தந்தது. மனதில் ஒருவித குளிர்ச்சி பூசாரிக்கு.

இருள் பரவ இன்னும் கொஞ்ச நேரமே இருந்தது. 'கிரகம் கழிந்தது' என சந்தோசப்பட நினைத்தாள் செவந்தி. மகிழ்ச்சியை மடக்கிய நினைவுகள்.

'அடியாத்தீ.. ஆடி பொறக்கப் போகுதே! மழை பெஞ்சா காடுகரையெல்லாம் வெதைப்பாகளே! வெளஞ்சா வருசச் சாப்பாடில்ல. நம்ம கைல மாடில்லையே. மாடு வாங்க பணமில்லையே. பஞ்ச காலத்துல கூழோ கஞ்சியோ குடிச்சோ குடிக்காமலோ காலத்தை ஓட்டினமே. மாடு வாங்க யாருகிட்ட கடன் கேக்க?...' சந்தோசத்தை சாப்பிட்டுடுத்\ துடித்த உணர்வுகள்.

எல்லோருக்கும் விபூதி வழங்கினார் பூசாரி. மீதித் தாயத்துகளை செவந்தி பய பக்தியோடு பெற்றுக் கொண்டாள்.

"ராவோடு ராவா சேவல காவு கொடுத்து ஒரு சாமப்பூசை நடத்துனா, சகல பீடையும் ரத்தாயிடும். நீங்க எல்லாரும் திரும்பிப் பார்க்காம நடங்க". அவரின் ஆணைப்படி நடந்தது கூட்டம்.

பூசாரி சந்தோசப் பெருமூச்சு விட்டார். "திமிரெடுத்த சிடுக்கி-பஞ்சபசி காலம், அடுத்த வருசம் சடங்கு வைக்கலாம்னு சொன்னா கேட்டாளா? பிடிவாதம் காட்டுறாளே... இந்தப் பணத்தை அவ மூஞ்சிலயே எறியிறம் பாரு...

கைல வித்தை, காட்டுல கருவேலங்குச்சி – கடையில எலுமிச்சம் பழம் இருக்கும்வரை இந்த காளியப்பப் பூசாரியை எவனும் அசைக்க முடியாதுடி". தனக்குத்தானே பேசியபடி கருவேலங்குச்சியைப் பிடுங்க முயன்றார். கடினமாக இருந்தது.

'அட நம்ம அடிச்சு ஊன்டுனதே நம்ம சமத்து பார்க்குதே... பல்லைக் கடித்து, முக்கிப் பிடுங்கி முட்புதரில் வீசினார். பணத்தை எடுத்து இடுப்பு வேட்டியில் இறுக முடிந்தார். பூசைப் பொருளை துண்டில் கட்டி தலையில் வைத்தார். கையில் சேவலை ஏந்தி தனது ஊர் நோக்கி நடந்தார்.

டி.ஓய்.எப்.ஐ 8வது மாநில மாநாட்டில்
இரண்டாவது பரிசு பெற்றது : 1996

கடன்

இந்தக் கடன் சமாசாரம் எனக்கு ஒன்றும் புதிதல்ல. இது குறித்து வாரம் ரெண்டு மூணு முறையாவது பேசப்படும். ஆனால் இத்தனை வீரியத்தோடு என் மனதில் புகுந்து அதைப் பற்றிய நினைவுகளில் முழ்கியது இன்று தான்.

"நம்ம தலையெழுத்து தான் கடன்ல கெடந்து சீரழியுறோம். பிள்ளைகள் காலமாச்சும் நிம்மதியா போகணும். கால் வயிறுன்னாலும் கடனில்லாமக் கஞ்சி குடிக்கணும்…" பரிதவித்துச் சொல்லிய மனைவியின் வார்த்தைகள்.

என்னோடு வாழ்க்கை நடத்திக் கொண்டிருக்கும் இந்த ஏழெட்டு வருட காலங்களில் என் கடன் வாழ்க்கையின் ஒவ்வொரு மாத அவதியிலும் ஈடுகொடுத்து- அலுத்துச் சலித்துப் போன அவளின் எதிர்காலச் சந்ததி பற்றிய ஏக்கம். எனக்கு மட்டும் கடன்காரனாக வாழ ஆசையா...? பிள்ளைகள் மேல் அக்கறையில்லையா என்ன...? குடியா, கும்மாளமா... ஒன்னுமில்லையே...!

நான் குடும்பப் பொறுப்புக்கு வந்த போது அப்பா எனக்கு வச்ச கிரிடம் பெரிய கடன்சுமை. கட்டிக் கொடுத்து வாழ வைக்க வேண்டிய வயசில் இரண்டு தங்கைகள். அடமானம் வைத்து ஆண்டுக்கணக்கில் மீட்க முடியாத நன்செய் பத்திரங்கள். வானத்தை அண்ணாந்து பார்த்து அடிக்கொருதரம் ஏங்கிப் போகும் கரிசல் காடு கொஞ்சம்.

என்னைக் கடனுக்குப் பொறுப்பாக்கிய அப்பாவை நினைத்தாலே எரிச்சல் பற்றிக் கொண்டு வரும். நாங்கள் முகம் கொடுத்துப் பேசிக் கொள்வதும் அபூர்வம். ஏதேனும் அத்தியாவசியம் கருதி பேசவேண்டி வந்தாலோ பேச்சு கடன்பக்கம் திரும்பி 'தள்ளு முள்ளு'ல போய் முடியும்.

அன்றும் அப்படிதான் ஏதோ ஒரு பிரச்சனையில் தொடங்கிய பேச்சு திசை மாறியது. அப்பா தான் அந்த மாற்றத்தின் துவக்கமாக இருந்தார். "உனக்குப் பின்னால உத்தியோகத்துக்கு போனவனுங்க எல்லாம் ஊருல கிணறு வெட்டி பம்பு செட்டு வச்சு விவசாயத்தை விருத்தி செஞ்சுட்டானுக. நீதான் ஒன்னத்துலயும் பொறுப்பில்லாம இருக்க".

எனக்கு ஆத்திரம் 'சுள்' என்று ஏறிக் கொண்டது. "போய்யா, நீயெல்லாம் ஒரு மனுஷன். ஜம்பமா பேச்சு வேறயா… இந்த ஜமீனைக் கட்டி ஆள, ஒத்தை ஆண் வாரிசு பொறந்தேன் பாரு, என்னைய கடன்ல எறக்கி தத்தளிக்க விட்டது தான் மிச்சம். வட்டி கொடுத்து மாளல்லே…" மனசுக் குமுற வார்த்தைகள் வெடித்தன.

நான் அப்பா மீது வைத்த குற்றச்சாட்டுகளில் அவர் ஒன்றும் சளைத்து விடவில்லை. என்னிலும் இரட்டிப்பாக அவரின் வார்த்தைகள் ஆவேசம் எடுத்தன.

"உன்னையெல்லாம் படிக்கவச்சு ஆளாக்க நெனச்சம்பாரு. எம்புத்தியில செருப்பால அடிச்சுக்கனும்டா. நீ சின்னஞ்சிறுசா இருக்கும் போதே ஆடு மாடு வாங்கி மேய்க்கவிட்டிருந்தா இந்த கடனெல்லாம் பறந்து – காணி கரை வாங்கியிருப்பேன்." பல்லை நற நறவெனக் கடித்துத் தலையை ஒரு குலுக்கு குலுக்கினார்.

"நீ என்னடா பெரிய கஷ்டத்தை சொமந்துட்டே. என் அப்பன் - அது தான் ஒம்பாட்டன் சாகும்போது எனக்கு பதினெட்டு வயசு. என் அப்பன் செத்த ரெண்டா வருசம் ஆத்தாளும் செத்துப்போச்சு.

எனக்கும் கீழே சின்னஞ்சிறுசா ஆணும், பெண்ணுமா அஞ்சு பேரு. கைமாத்துக்கடன், சொசைட்டிக் கடன், மூணுவட்டிக் கடன், அஞ்சுவட்டிக்கடன். இப்படி வகை வகையா, வெதம் வெதமா கடன். வர்ற வருமானத்தை வட்டி கட்டுறதா… வயித்தக் கழுவுறதா…

வட்டிக்குக் கொடுத்தவுக அடிக்கொருதரம் தெருவுல நின்னு மானங்கெடப் பேசுவாக. சொசைட்டிக்காரன் வருசா வருசம் வீட்டுக் கதவபிடுங்குவான். பண்டப்பாத்திரத்தைத் தூக்கி அசிங்கப்படுத்துவான். சமாளிக்க வழி தெரியாம வீடே ஒப்பாரி வைச்சு அழும். நாங்கபடுற அவதி பார்த்து ஊரே இரக்கப்படும். இரக்கப்பட்டு என்ன செய்ய?… யாரு பட்ட கடன யாரு தீர்ப்பாக…" அப்பாவின் விழிநீர் அவரின் முகத்தாடியில் இறங்கிக் கொண்டிருந்தது. பேச்சில் ஆவேசம் தணிந்து ஏக்கம் இழையோடியது.

"அதுக்கும் பொறகு ஆடு வளத்து, மாடு வளத்து கடனை கொஞ்சம் சமாளிச்சு - சிறுச பெருசாக்கி கட்டிக் கரையேத்தி… உன்னையும் படிக்கவச்சு, கவர்மெண்டு உத்தியோகம் வாங்கி…" சுதி இறங்க சொல்லி முடித்தார்.

அப்பாவின் வாழ்க்கை சோகத்தில் அதிர்ந்து போனேன். பாட்டன் பட்ட கடனா?… அதன் தொடர்ச்சியா?… பாட்டனின் கடனுக்கும் ஏதாவது வரலாறு இருக்குமோ?… அவரிடம் எப்படிப் போய் கேட்க…

இந்தக் காலங்களில் எனக்கும் அது பரம்பரை தொடர்ச்சியாக பழகிப்போய் இருந்தது. அதைப் பற்றி நான் ஒன்றும் அலட்டிக் கொள்வதில்லை.

இன்று என் மனைவியின் வார்த்தைகளில் வந்தப் 'புள்ளைகள் காலமாச்சும்' என்னுள் இது குறித்த ஆழ்ந்த சிந்தனையை நிகழ்த்திக் கொண்டிருந்தது.

இனிமேலும் இந்தக் கடன் தொடரக்கூடாது. என் காலத்தோடு இதற்கு முற்றுப்புள்ளி வைக்க வேண்டும் என்ற எண்ணம் மேலோங்க நடந்துக் கொண்டிருந்தேன்.

"ராமன் வில்லோட பொறந்தான். கர்ணன் கவச குண்டலத்தோட பொறந்தான். மதுரை வீரன் மாலையோட பொறந்தான்னு சொல்லுவாங்க. ஆனால் இன்றைக்கு பொறக்கிற ஒவ்வொரு இந்தியக் குழந்தையும் பல ஆயிரம் ரூபாய் கடனோட பொறக்குது"

இந்தியப் பொருளாதாரம் பற்றிப் பேசிக் கொண்டிருந்த ஒரு தலைவரின் மேடைப்பேச்சு என் காதுகளில் கலந்தது.

"அட என் கடன் கெடக்கட்டும்... இந்திய கடன்...?"

கலை இலக்கிய மலர் 1998

சுப்பிரமணி

துணிப்பையை இறுக்கமாகப் பிடித்துக்கொண்டு பஸ்ஸில் முண்டியடித்து ஏறினான் சுப்பிரமணி. சன்னலோர இடம் தேடி உட்கார்ந்து கொண்டான். அவசர அவசரமாக பையை அகல விரித்துப் பார்த்தான். பேண்டும், முழுக்கைச் சட்டையும், சீப்பும் பத்திரமாக இருந்தன. மடியில் வைத்து அழுக்கிக் கொண்டான்.

பேருந்து கிளம்பி வேகமெடுத்தது. சாலையின் அருகிலிருந்த மரம், செடி, வீடு போன்ற ஒவ்வொன்றும் பின்னோக்கி ஓடின. வியப்பாகப் பார்த்தான் சுப்பிரமணி. கையின் பிடி தளர்ந்து பை லேசாக நழுவியிருந்தது. பையை அமுக்கி, சரியாயிருக்கு என தலையை ஆட்டி நன்றாக வைத்து அழுத்தமாகப் பிடித்துக் கொண்டான்.

நாளை விடிந்தால் வீரபாண்டி மாமாவுக்கு காவனூரில் கல்யாணம். அம்மாவுக்கு வரத் தோதில்லை. இவனை மட்டும் அனுப்பியது. மருதமுத்து மச்சானிடம் இவனைக் கூட்டிப் போகும் பொறுப்பை ஒப்படைத்திருந்தது. ''பத்திரமா பாத்து கூட்டிப் போய் சேர்த்திருங்கப்பூ'' அம்மா சொல்லியிருந்தது.

முழங்கைகளால் பையை அமுக்கிக் கொண்டு கை விரல்களை நீட்டிப் பார்த்தான். 'நல்ல வேளையா' கையில் இருந்த சிரங்கு ஆறி இருந்தது. சிரங்கை ஆற்றுவதற்கு மிகவும் அக்கறை எடுத்துக் கொண்டான். இரவு படுக்கப் போகும் முன் அம்மா குப்பை மேனி இலையும், உப்பும் சேர்த்து அரைத்துத் தடவும் போது கை காந்தல் எடுக்கும். தாங்கிக் கொள்வான். காலையில் அரப்புத்தூள் வைத்து தேய்க்கும் போது எரிச்சல் தாங்க முடியாது. ''அம்மா....வ்'' என அழுகுரலில் ஓங்கிக் கத்துவான். அப்புறம் பல்லைக் கடித்துப் பொறுத்துக் கொள்வான். எல்லாம் கல்யாணத்துக்காகத்தான். மற்ற நாட்களாக இருந்திருந்தால் அம்மாவை ஏடாகூடமாக திட்டியிருப்பான். ஏய்ப்புக் காட்டி ஓடி இருப்பான்.

கல்யாணச் சேதி கேள்விப்பட்டதிலிருந்தே இதே நினைப்புதான். ஆடு மேய்க்கிற இடத்தில் எல்லாம் இதே பேச்சுதான். எப்பவும் ஒரே சந்தோசந்தான். சில நேரங்களில் இந்த சந்தோசம் உடலில் பாய்ந்து

பரவும். அப்போது தொரட்டிக் கம்பை முன்னால் ஊன்றி பின்னிருந்து தாவிப் பாய்வான்.

கடந்த பல நாட்களாகவே ஒரே டவுசர்தான் போட்டிருந்தான். மாற்றுக்கு இருந்த ஒட்டுப் போட்ட டவுசர் மேற்கொண்டு ஏதும் செய்ய முடியாதபடி நைந்து பிய்ந்து போய்விட்டது.

போட்டிருக்கும் டவுசரை ஆடு மேய்க்கும்போது, தண்ணீர் தென்படும் இடத்தில் துவைத்து ஈரத்தோடு உடுத்திக் கொள்வான். உடம்பின் சூட்டிலோ அல்லது அடிக்கின்ற வெயிலிலோ ஏதோ ஒன்றில் அது காய்ந்துவிடும்.

ஒரு மாதத்திற்கு முன் கோயம்புத்தூர் அத்தை வந்தது. புதுசா ஒரு பேண்டும் முழுக்கை சட்டையும் கொடுத்து இவனை கட்டிப் பிடித்து அழுதது. "எந் தம்பிக்கு சாகுற வயசா"...? அப்பாவை நினைத்து அழுததைப் புரிந்து கொண்டான். அத்தை எடுத்து வந்த 'துணிகளைச் சரியா இருக்கா' என்று போட்டுப் பார்த்தான். உடனே மடிப்புக் கலையாமல் புத்தம் புதுசா அப்படியே எடுத்து வைத்து விட்டான். எல்லாம் கல்யாணத்தை மனதில் வைத்துக் கொண்டுதான்.

அவன் அப்பா செத்தப் புதிசில் கொஞ்ச நாள் பள்ளிக்கூடம் போனான். அப்புறம் போகமுடியாதுன்னு அடம் பிடிச்சான். அம்மாவும் அக்கம் பக்கத்தில் உள்ளவர்களும் எம்புட்டோ திட்டியும், மிரட்டியும் பார்த்தார்கள். 'ம்கூம்' இங்கும் நடக்குமான்னுட்டான்.

வீட்டிலும் அவனால் அடங்கி இருக்க முடியவில்லை. ஆடு மேய்க்கிற பிள்ளைகளோடு வேகாத வெயிலில் வெட்டியாச் சுத்தித் திரிஞ்சான்.

அவன் விருப்பம் அறிந்தது போல அம்மா கொஞ்சம் பணம் புரட்டி ஆடும் குட்டிகளுமாக மூனு உருப்படி வாங்கி வந்து மேய்க்கச் சொன்னது. இந்த ஒரு வருசத்திற்குள் சின்னகுட்டிகளையும் சேர்த்து அஞ்சாறு உருப்படியாகியிருந்தது.

அம்மாவுக்கும் கல்யாணத்துக்குப் போய் வர நினைப்புதான். இந்த ஆடு குட்டிகளை யாரிடம் பார்த்துக் கொள்ளச் சொல்வது...? போக வாய்க்கவில்லை.

இந்த பாலக வயசில தகப்பனை இழந்து நிற்கின்ற பிள்ளை. வேறு என்ன சுகத்தைக் கண்டது? இந்த சாக்கிலாவது ஊருக்குப் போய் அஞ்சாறு நாளைக்குப் பெரியம்மா வீட்டில் இருந்துட்டு வரட்டுமே என்று அனுப்பி வைத்தது அம்மா.

அம்மா சொன்னது அவனுக்கு ஞாபகத்திற்கு வந்தது. ரவைக்கு ரொம்ப நேரம் முழிக்காத தம்பி. சரியா தூக்கமில்லாட்டி காலையில் மூஞ்சி கொராவிப் போயிரும். ஊருக்குப் போனதும் விடிய விடியக் கல்யாண ரேடியோவில பாட்டுக் கேட்கணும் என நினைத்திருந்ததை மாற்றிக் கொண்டான். கொஞ்ச நேரம் கேட்டுட்டுத் தூங்கப் போயிறணும் என்பதில் உறுதியாக இருந்தான்.

கோழி கூவுற நேரத்துலேயே எந்திரிச்சிடணும். குளிச்சி, தலைசீவி, புட்டாமாதடவி, பேண்டும், முழுக்கை சட்டையும் போட்டு 'ஜில்லுனு கல்யாண கூட்டத்தில திரியணும்'. இந்த நினைப்பு தலை தூக்கிய போது அவனுக்குள் லேசான வருத்தமும் வந்தது. பேண்டுக்கு மேல பெல்ட் போட்டா நல்லா இருக்கும். 'பிச்' பெல்ட்தான் இல்லை. ஆனால் செருப்புப் போடவேண்டும் எனப்படவில்லை அவனுக்கு. ஆடு மேய்க்கும் இடத்துக்குப் போட்டுப் போகும் முரட்டுச் செருப்பை வீட்டிலேயே வைத்து விட்டு வந்திருந்தான்.

பஸ் போய்க் கொண்டிருந்தது. பை கொஞ்சம் சரிந்திருந்தது. எடுத்துச் சரிபார்த்துக் கச்சிதமாக வைத்துக் கொண்டான். 'ஊரு எப்ப வரும்...? இன்னும் நாழியாகுமோ'? தனக்குள்ளாகவே கேட்டுக்கொண்டான். மருதமுத்து மச்சான் இரண்டு சீட்டுத் தள்ளி தெற்கு வீட்டுப் பெரியவரோடு ஏதோ பேசிச் சிரித்துக் கொண்டிருந்தது.

இவனுக்கு அவ்வப்போது கொட்டாவி வந்தது. கொஞ்ச நேரத்தில் கண் இமைகள் ஒட்டி ஒட்டிப் பிரிந்தன. பை லேசாக நழுவியது. சரிபடுத்திக் கொண்டான். தூங்காமல் இருக்க நினைத்தான். தூக்கம் சொக்கியது. தூங்கிவிட்டான். சன்னலோர காற்று. நல்ல தூக்கம்.

தூங்க ஆரம்பித்த அரைமணி நேரத்தில் காவனூர் ஸ்டாப் வந்துவிட்டது. பஸ் நின்றது.

"டேய் சுப்பிரமணி, எறங்குடா! ஊரு வந்திருச்சு." மச்சான் கீழே இறங்கி நின்று சன்னல் வழியாக தலையில் ஓங்கித் தட்டியது. பதறி அடித்து எழுந்தான். வேக வேகமாக இறங்கினான். ஊர் வந்து விட்ட சந்தோசம்.

கல்யாண ரேடியோ சத்தமாகப் பாடிக் கொண்டிருந்தது. ஏழெட்டுப் புஞ்சை கடப்பில் இருந்தது ஊர். கூட வந்த சனம் கல்யாண வீட்டை நோக்கிப் போய்க் கொண்டிருந்தது. கொஞ்ச தூரம் போனவன் பின்வாங்கி நின்றான். பாதையை விட்டு ஒதுங்கி ஒன்னுக்குப் போய்விட்டு எழுந்தான்.

கைகளால் மூஞ்சியை அழுந்தத் துடைத்தான். தலைவாரிக் கொள்ள நினைத்தான். சீப்பை எடுக்கப் பையைத் தேடினான். ஏதோ அதிர்ச்சியில் தாக்குண்டவனைப் போல் உணர்ந்தான். 'அய்யய்யோ பையைக் காணோமே'. கையை கையை உதறினான். பஸ் நின்ற இடத்தைப் பார்த்தான். கொஞ்ச தூரம் ஓடினான். 'பஸ் போயிருச்சே' என நின்றான்.

கதறி அழ நினைத்தான். வாய்விட்டு அழுதால் ரேடியோப் பாட்டையும் மீறி ஊருக்குக் கேட்கும் அழுகையாக மாறும் வேதனை. ஏமாற்றம். மூஞ்சி அவனறியாமல் கோணல் மாணலாய்ப் போனது. கைகளால் தலைமுடியை கலைத்துப் பிடித்து உலுக்கினான். முகத்திலும் தலையிலும் மாறி, மாறி அடித்துக் கொண்டான். பொங்கி வந்த அழுகையை அடக்க முடியவில்லை, வாய்விட்டு 'அம்மா....அம்மா...' என லேசான ஊளைச் சத்தத்தில் அழுதான்.

எங்காவது ஓடிவிடலாமா? சுற்று முற்றும் பார்த்தான். ஊர் வெளிச்சம் தவிர எங்கும் இருட்டத் தொடங்கியது. பயந்து வந்தது. செய்வதறியாது திகைத்து நின்றான். மனசு தறிகெட்டு ஓடியது. ஒன்றுக்கு ஒன்று தொடர்பற்ற பல பல நினைப்புகள். என்ன செய்வதென்றுத் தெரியாத தவிப்பு.

கடைசியில் ஒரு முடிவெடுத்தான். 'தெரு வழியா நடக்கக் கூடாது. கல்யாண வீட்டுப் பக்கம் தலை காட்டக்கூடாது. விடிஞ்சதும் யாரோடாவது தன் ஊருக்கு திரும்பணும்'.

பெரியம்மா வீட்டிற்குள் கொல்லைப்புற வழியாக நடந்தான். ரேடியோ சத்தமாகப் பாடியது. அவன் காதுகளுக்கு தான் கேட்க விருப்பமில்லை.

கலை இலக்கிய மலர் 1999

உயிருக்கு உயிர்

அரக்கப் பரக்க நடந்தாள் வேலம்மா. கால்களில் போட்டிருந்தடயர் செருப்பு. நடையின் பரபரப்பில் 'சரட்சரட்' எனச் சத்தமிட்டது. விறகு வெட்டும் அரிவாளை இடது கையில் பிடித்திருந்தாள். தலையில் கஞ்சிக் கலயம் உட்கார்ந்திருந்தது.

கண்ணுக்கு எட்டிய தூரம் வரை விறகு வெட்டப் போகும் சனங்கள் யாரும் தென்பட வில்லை. 'எளவெடுத்ததுக, எந்நேரம் புறப்பட்டுப் போச்சுகளோ' நடையில் மேலும் வேகம் கூடிக் கொண்டது.

துணி சுற்றிய எலும்புக்கூடு மாதிரி இருந்தாள் அவள். இருந்தும், ஏதோ வைராக்கியம் வாழ்க்கையோடு மல்லுக்கட்டப் பலம் தந்ததைப் போல் பம்பரமாய் இயங்கிக் கொண்டிருந்தாள்.

ஊரில் முதல் ஆளாக விழிப்புத்தட்டி எழுந்து விடுகிறாள். வாசல் தெளித்து முற்றம் பெருக்கனும்... பாத்திரம் பண்டம் தேய்த்துக் கழுவணும். தூரந் தொலைவு போய் தண்ணீர் தூக்கணும். பிள்ளைகளைத் தயார்படுத்திப், பள்ளிக்கூடம் அனுப்பணும்... வீட்டு வேலைகள் இழுத்துப் பிடித்துக்கொள்கிறது.

ஒரு நாள் கூட 'ஆற அமர' புறப்பட்ட பாடில்லை. பேச்சும் சிரிப்பும் கலகலக்கச் செல்லும் உடனத்தவர்களோடு சேர்ந்து போக முடியவில்லை. "தெனமும் இதேத் தாமசந்தானா...? என்னைக்காவது நேரத்தோட வந்து வேலையை ஆரம்பிச்சிருக்கியா...? எத்தனை நாளைக்கு எரக்கப்பட முடியும்...? ஈவு சாவா போக முடியும்...? இனிமேலும் இது மாதிரி வந்த வேலையை விட்டு நிறுத்திப் புடுவேன்." விறகு வெட்டு மேஸ்திரியின் நேற்றைய கண்டிப்பு இப்பொழுது பயம் காட்டியது அவளுக்கு.

"நிர் கதியா நிக்கிற நம்மை வேலையை விட்டு நிறுத்திட்டா என்ன செய்ய...? இப்பப் பொழப்புக்கு வேற வழி..?

தான் கூட வயிற்றில் ஈரத்துணியைக் கட்டிப் படுத்துக் கொள்ளலாம். பிள்ளைகள்...? இம்புட்டும் அம்புட்டுமா' இருந்த குழந்தைகளை

நினைத்துப் பரிதவித்தாள். 'பசியால துடிக்க விட்டுருவமோ...? பட்டினி போட்டுருவமோ...? அரை வயித்துக் கஞ்சியாச்சும் ஊத்தணுமே...? மனசை பயம் துரத்தியது. கஞ்சிக் கலயத்தை இறுகப் பற்றிக் கொண்டு தொங்கு ஓட்டமாக ஓடத் தொடங்கினாள்.

'இந்த வருசம் சரியான விளைச்சல் இல்லை. வேலை தேடி சனங்கெடந்து அலையா அலையுது. நடுத்தர சம்சாரி கூட கூலி வேலைக்கு கிளம்பிட்டாக. வேலை கிடைக்கிறதேப் பெரும்பாடா ஆகிப் போச்சு.'

வயல் வெளியைத் தாண்டி வண்டித் தடத்திற்கு வந்திருந்தாள். மூச்சு வாங்கியது.

ஓடைக்காடு – கண்மாய் - பனங்காடு கடந்து, இன்னமும் வெகுதூரம் போகணும்...?

'ராப்பூரா' முழிச்சாலும் காலத்தோடு கிளம்ப முடியவில்லை. தினமும் இதே அவதிதான்.

'என்னைக்கட்டுன மவராசன் இருந்தா இவ்வளவு இமிசை எதுக்கு..? அந்த ஒத்த உசுரு இல்லாம இப்படி சீரழிஞ்சு தெருவில் நிக்கிறனே...?' நெஞ்சு கலங்கக் கண்களில் நீர் குபுக்கிட்டது.

புருசன் வெள்ளையன் உயிரோடு இருந்தவரை அவளுக்கு இவ்வளவு அவதியில்லை. உடம்பு அதிர நடக்க வேண்டிய அவசியம் இருந்ததில்லை. கூலி வேலைக்குப் போவதெல்லாம் அவளின் விருப்பப்படிதான். அவன் என்றுமே கட்டாயப்படுத்தியதில்லை.

வேலம்மா வாசல் தெளிக்கும் நேரத்திலேயே எழுந்து விடுவான். வீட்டுக்குத் தண்ணீர் சுமக்கும் வேலையில் தொடங்கி பொழுதுக்கும் வேலைதான். நாள் தவறினாலும் கூலி வேலை தவற மாட்டான்.

அந்தத் துணையின் இழப்பு மனசைத்தாக்க, வாய் விட்டுப் புலம்பினாள்.

"சண்டாளப் பாவிப்பய இப்பிடிக் கொன்னுட்டானே. என்னோட வாயில்லாப் பூச்சிய அதண்டு பேசத் தெரியாத எந்தருமரை சாகடிச்சுட்டானே. அந்த மனுசருக்கும் இதுக்கும் ஏதாச்சும் சம்மந்தம் உண்டுமா...? பசிக்கிறக்கம்னு டீக்கடைக்குப் போன மனுசன அநியாயமா அடிச்சுப் பலி போட்டுட்டானே."

ஏதோ இப்போது தான் பார்ப்பதும் - கொலை நடந்த விதத்தைக் கேள்விப்பட்டதுமான காட்சிகள் கண்களில் நிழலாடின. ராமசாமி

டிக்கடைக்கு எதிரில் வெள்ளையன் மண்டையில் இரத்தம் வழிய சுருண்டு விழுந்து உயிர்ப் பிரிந்து கிடந்த கோரம். எங்கோ நடந்த சாதிக் கலவரத்தில் தன் சாதிக்காரன் கொலை செய்யப்பட்டதாய் இங்கே பலிக்குப் பலி வாங்கிய கொடூரம்.

பொழுதடையும் நேரம். ராமசாமியின் டிக்கடையில் உட்கார்ந்திருந்தவர்களிடையே சாதிக் கலவரத்தை மையமிட்டிருந்தது பேச்சு. தங்களின் சாதி ஆள் ஒருவன் கொல்லப்பட்டதாய்ப் பேசப்பட்ட வதந்தியில் மூழ்கியிருந்தான் பாண்டி.

சமீபத்தில் தான் கல்யாணமாகி இருந்தது அவனுக்கு. இந்த ஊரில் தாய் மாமன் வீட்டில் பெண் எடுத்திருந்தான். ஏதோ ஒரு வேலையாய் வந்தவன். பாண்டி உள்ளூர்காரனில்லையானாலும், அம்மா பிறந்த இந்த ஊரை நன்கு அறிந்தவன். இன்னார், இன்ன சாதி, இன்ன தெரு என்பதெல்லாம் அவனுக்கு அத்துபடி. எளவட்ட மிடுக்கு. வம்புக்கிழுக்கிற வாய்த் துடுக்கு.

அவனுக்குக் கொலை செய்யப்பட்டதாகச் சொல்லப்பட்டவர் முகம் தெரியாது. பெயர் தெரியாது. ஆனாலும் அவன் நரம்புக்குள் என்னமோ ஊர்ந்த மாதிரி இருந்தது. உடம்பு முறுக்கேற ஆரம்பித்தது.

அந்நேரம் வேலை முடிந்துப், பசிகிறக்கத்தில் டிக்கடைக்கு வந்து கொண்டிருந்தான் வெள்ளையன். அப்பாவித் தோற்றம் - தளர்ந்த நடை.

கலவரப் பேச்சை நிறுத்தச் சொன்னார் ராமசாமி. நாலு சாதி இருந்தாலும் கட்டுச் செட்டான ஊர். இந்தப் பேச்சு ஒண்ணு ரெண்டா பரவும். ஊர் ஒற்றுமை கெட்டுப் போகும் என்கிற எண்ணம் அவருக்கு. பாண்டிக்கு இது எரிச்சலைத் தந்தது. சகட்டு மேனிக்கு பேசத் தொடங்கினான்.

"சாதி கெட்ட மனுசங்களா... உங்கள மாதிரி ஆளுகளால தாண்டா அடங்கிக் கெடந்தவனுக எழுந்துட்டானுக. அவனுகளை ஒடுக்கி வச்சா தாண்டாச் சரிப்படுவானுக. உசுருக்கு உசுர் வாங்குனாத் தாண்டா அடங்குவானுக!

வம்புக்குக் காரணம் தேடினான். கடையை நெருங்கிய வெள்ளையனை முட்டி மோதுவது போல் நேருக்கு நேராகப் போனான் பாண்டி.

ஏதும் அறியாது வந்த வெள்ளையன் பயத்தில் தவித்தான். பரிதாபமாய்ப் பார்த்தான்.

'என்னடா மொறைக்கிற, ...ச்சாதிபயலே' பரிதாபப் பார்வையை சாதி வெறிக் கோணத்தில் முறைத்த பார்வையாக ஆக்கிக் கொண்டான் பாண்டி.

சாதிப் பாம்பு படம் எடுத்து ஆட. பலிவாங்க இதற்கு மேல் காரணம் தேவைப்படவில்லை அவனுக்கு.

டீ அடுப்பிற்காக வைக்கப்பட்டிருந்த விறகுக் கட்டையில் ஒன்றை எடுத்தான். வைரம் பாய்ந்து வாகாக இருந்தது அது. யாரும் எதிர்பாராத விதத்தில் விலக்க முடியாத வேகத்தில் பாண்டியின் கைகள் செயல்பட்டன. பார்த்துக் கொண்டிருந்தவர்கள் வியப்பிலிருந்து மீள்வதற்குள் வெள்ளையனின் தலையிலும் பிடரியிலும் 'மடேர்மடேர்' என 'மாறி மாறி' அடித்தான். கண நேரத்தில் ரத்தம் வழியத் துடி துடித்துச் சாய்ந்தான் வெள்ளையன்.

நினைவுகளில் கண்ணீர்ப் பெருக்கெடுக்க நடந்தாள் வேலம்மா. மனசு என்னவோ போல் இருந்தது. 'இன்னும் வேலைத் தளத்துக்கு ஒரு மைல் போகணுமே. வீட்டுக்குத் திரும்பிடலாமா...? கேள்வியாய் யோசனை. ஒரு நாள் பொழப்புக் கெட்டுப் போகுமே.' பொறுப்பை உணர்த்திய மறு யோசனை. இரு மாதிரியான நினைவுகள் அலைக் கழிக்க நடந்தாள்.

பேச்சுத் துணைக்கு ஆள் கிடைத்தால் தேவலாம் போல் பட்டது. சுற்று முற்றும் பார்த்தாள். ஒரு 'சுடுகுஞ்சு' கிடையாது.

ஓடைக்காட்டைக் கடந்து விட்டிருந்தாள். கண்மாய்க்கரை வளைவில் திரும்பினாள். இடுப்பில் குழந்தையோடு ஒரு பெண் தூரத்தில் வந்து கொண்டிருந்தாள்.

யாரோ ஊரிலிருந்து வருகிறார்கள். ஊருக்கு பஸ் ஏற இறங்க இவ்வளவு தூரம் நடக்க வேண்டியிருந்தது.

'யாரா... இருக்கும்?' என்ற ஆவலில் பார்வையை கூர்மையாக்கி நடந்தாள். எதிரும் புதிருமாக நடந்தவர்களின் தூரம் கொஞ்சம் குறைந்திருந்தது. யார் என இன்னும் சரியாக அறிந்து கொள்ள முடியவில்லை. ஆனால் அடிக்கடி மனதில் தோன்றும் உருவம் போல்பட்டது.

மேலும் தூரம் குறைந்தது.-

பாண்டியத் திட்டும் போதெல்லாம் ஞாபகத்தில் வந்து போகும் முகம். அதே சாயல். அதே நடை. ம்... அவளே தான். பாண்டியின் சம்சாரம்... மேலவீட்டுக்காரர் மகள் வள்ளிக்கண்ணு.

திடீரென அருள் வந்ததைப் போல் உடம்பைக் குலுக்கினாள் வேலம்மா. கஞ்சிக் கலயம் பிடித்திருந்த கையை விடுவித்தாள் கலயம் தரையில் விழுந்து சிதறித் தெறித்தது. நாகப்பாம்பாய் சீறிச்சினந்தாள். அரிவாளை வலது கையில் நிமிர்த்திப் பிடித்தாள்.

"டேய்... பாண்டி! ஒரு சூதும் அறியாத மனுசன அடிச்சிக் கொன்னுட்டு, என்னை இப்படி தாலியத்தவளா தவியா தவிக்க விட்டுட்டியே. நான் படுற நொம்பலம்' நீயும் படணும் என் கதி உனக்கும் வரணும். ஓம் பொண்டாட்டி புள்ளைய இழந்து நீயும் தவிக்கணும். அவங்க ரெண்டு பேரையும் இப்ப கருவ மரத்தை வெட்டிச் சாய்க்கிற மாதிரியா சாய்க்கிறம் பாரு" மனதில் சபதம் செய்தாள்.

வெறி கொண்டவளைப் போல் அவர்களை நோக்கி ஓடினாள்.

வள்ளிக்கண்ணு செய்வதறியாது திகைத்து நடுங்கினாள். குழந்தை மிரண்டு அழுதது.

ஓடிய வேலம்மா மனதில் ஏதோ நெருடியதைப் போல் உணர்ந்தாள். நெருங்கியவள் நின்றாள். நிதானித்துப் பார்த்தாள்.

-எதிரே-

-திகைப்பு – நடுக்கம் - மிரட்சி – அழுகை –

உற்று நோக்கினாள். ஊன்றிப் பார்த்தாள்.

ஒடுங்கிய உடம்பு – எண்ணெய் கண்டு பல நாளான தலை – மூளியா கிடந்த காது, மூக்கு. 'ஏனோ தானோ'னு சேலைக் கட்டு.

கல்யாணப் புதுசில் பார்த்தது. கொலை சம்பவத்திற்குப் பின் இப்போது தான் வேலம்மாவின் பார்வையில் படுகிறாள் வள்ளிக்கண்ணு.

அட, எப்படி இருந்த மனுசி... புட்டமா தடவி, பொட்டு வச்சு. புன்சிரிப்பு மாறாம... அழகா துணி உடுத்தி.... பொம்பளைக்கு பொம்பளை ஆசைப்படுறாப்பல இருந்த வள்ளிக்கண்ணுவா இவ...

வீங்கிய வயிறை அழுக்கு சட்டையால் மறைத்திருந்த அவளின் இடுப்புக் குழந்தை – கை, கால் சூம்பி... தலை முடியில் செம்பட்டை பிசுக்கேறி... சடை விழுந்து...

'அடப்பாவிப் பயலே பாண்டி! திமிரெடுத்துக் கொலை செஞ்சுட்டு... செவனே'னு செயிலுக்குப் போயிட்டே... நீ செஞ்ச பாவத்தை இதுகளச் சுமக்க விட்டுட்டியேடா...' வேலம்மாவின் மனசு உருகியது.

அரிவாளை நழுவ விட்டாள்.

'சண்டாளி! நான் மோசம் போகத் தெரிஞ்சனே. அவனைக் கட்டிக் கிட்ட குத்தத்துகாக, புருசன் செஞ்சக் கொலைக்குப் பொம்பளையைப் பலியாக்கப் பார்த்தனே.

அவனுக்குப் பிறந்த பாவத்துக்காக இந்தப் பச்சப் பாலகனை சீவி எறியத் தெரிஞ்சனே. ஒரு உசுரு செஞ்ச தப்புக்கு இன்னொரு உசுரு என்ன செய்யும்?'' உசுருக்கு உசுரு எரக்கப்பட வேணாமா...?

வேலம்மாவின் முகத்தில் இருந்த கடுமை வடிந்தது. கருணைப் படர்ந்தது.

வாஞ்சையோடு நெருங்கினாள் வேலம்மா. கையை அகல விரித்துக் குழந்தையை வாங்கி முத்தமிட்டாள். இடுப்பில் வைத்து ஒரு கையால் கவ்விக்கொண்டாள். மறு கையால் வள்ளிக்கண்ணுவை அன்பு பொங்க அணைத்து அழுதாள்.

டி. ஓய். எப். ஐ 9வது மாநில மாநாட்டில்
இரண்டாவது பரிசு பெற்றது : 1999

இயலாமை

பஸ்ஸிலிருந்து இறங்கி, ஊர் எல்லையில் கால் பதித்தேன். கண்மாய்க் கரையின் வடக்கு முனையை ஒட்டிய பஸ் நிறுத்தம்.

சமீபத்திய கோடைமழையில் கண்மாய்க்குள் பாதி அளவு தண்ணீர் கிடந்தது. நாட்டுக் கருவேல மரக்கிளைகள் துளிர்த்திருந்தன. மஞ்சள் நிறத்தில் கருவேலம்பூக்கள். உள்கரைசரிவில் முளைவிட்டு அரும்பிவரும் கோரைப்புறள்.

ஐந்து கிலோ மீட்டர் நீளமுள்ள இந்தக் கண்மாய்க்கரையின் சரி பாதியில் ஊர்கரையை ஒட்டிச் செல்லும் பாதை, இப்போது அரசின் கவனம் பெற்ற மண்சாலையாக மாறியிருந்தது. கரைச்சரிவில் அடர்த்தியாகவும் விட்டுவிட்டு பனைமரங்களும், புளியமரங்களும்.

இங்கிருந்து நடந்தால் முதலில் எதிர்ப்படுவது சுந்தர வள்ளியம்மன் கோவில். குழந்தைகளைத் தெருவில் விளையாடவிட்டு வேடிக்கை பார்க்கும் தாயின் தோரணையில். அம்மனைச் சுற்றிலும் சுடுமண் பொம்மைகள். அடுத்த சில எட்டுகளில் அய்யனார் கோவிலின் கம்பீரமான ரெட்டைக்குதிரை சிலைகள். இந்தக் குதிரைகள் தாவி ஓட இயலுமானால் பத்தே பாய்ச்சலில் தொட்டுவிடக் கூடிய தூரத்தில் எங்களது வயல்.

ஊர்வரும் தருணங்களில் இந்த வயலைக் கடந்து செல்ல நேரும் போது, என்னுள் ஆழ்ந்துகிடக்கும் மன உறுத்தல் வீரியத்தோடு மேல் எழுந்து கொள்ளும்.

ஐப்பசி மாத மழை நாட்களில் வயலில் நடவு ஆகிக்கொண்டிருக்கும். குடும்பத்தோடு எல்லோரும் வேலை செய்து கொண்டிருப்பார்கள். கண்மாய்க் கரையில் நனைந்த ஈரமான களிமண்ணில் நான் மட்டும் சறுக்கி விளையாடிக் கொண்டிருப்பேன்.

மழை மாதம் முடிந்து பயிர் வளர்ந்து களை எடுப்பு நடந்து கொண்டிருக்கும். கரை புளிய மரங்களில் உலாத்திக் கொண்டிருப்பேன் நான்.

வயல் விவசாயமில்லாக் கோடையில் மேடு பள்ளம் வெட்டிச் சரி செய்து கொண்டிருப்பார்கள். நான் அவர்கள் பார்வை படப் புத்தக வாசிப்பு நடத்திக் கொண்டிருப்பேன்.

சின்னப் பையனாக இருந்த காலம் என்றில்லை. படிப்பை முடித்து வேலையில்லாத முழுத்த இளவட்டமான பின்னும் இதே நிலைதான்.

ஊர் சுற்றவும், காரணம் எதுவுமில்லாமல் டவுனுக்குப் போகவும், பெற்றவர்களிடம் அவ்வப்போது காசு வாங்கிக் கொள்வேன். என்னுடைய சந்தோசம் கெட்டு விடக் கூடாது என்கிற நினைப்பில் எப்படியோ அவர்களும் கொடுத்து விடுவார்கள்.

விவசாயக் காலத்தில் என் வயசிலுள்ள எந்த சம்சாரி மகனும் வேலை செய்யாமலிருந்து பார்க்க முடியாது. விதி விலக்காக நான் மட்டும்.

வானம் பார்த்த பூமி என்பதால், வருடம் தவறாத விளைச்சல் உறுதி இல்லை. குடும்பம் வயிராறக் கஞ்சி குடிப்பது வருடத்தில் பாதி நாட்களே. மீதி நாட்கள் வயிற்றுப் பாட்டுக்குக் கஷ்டம் தான்.

இப்படிப்பட்ட காலங்களில் அம்மாவின் நேரம் தவறாத சாப்பாடு நிச்சயமற்றதாகவே இருக்கும். குறைந்தது ஒரு வேளையாவது பட்டினிகிடந்தாக வேண்டும். அப்பாவின் பாடும், தங்கைகளின் நிலையும் அம்மாவை விட கொஞ்சம் பரவாயில்லை. எனக்கு இதிலெல்லாம் குறைவைக்க மாட்டார்கள்.

சில நேரங்களில் குடும்பக் கவலைகள் என்னுள்ளும் தலை தூக்கும். கல்யாண வயசில் ரெண்டு தங்கைகள் இருப்பது ஞாபகத்திற்கு வரும். வயிற்றுப்பாட்டிற்கு அப்பா கடன் கேட்டு அலைவது பார்க்கச் சங்கடமாக இருக்கும். அம்மாவின் பட்டினிமுகம் என் மனசை நெருடும். இதுவெல்லாம் கொஞ்ச நேரம் தான். மணிக் கணக்கிலெல்லாம் நிற்காது.

"ஒரு குடும்பத்தைத் தாங்க வேண்டிய வயசுல வெட்டியா சுத்தித் திரியிரானே. ஒரு வேல வெட்டிக்குப் போகச் சொல்லக் கூடாதா?" ஊரில் உள்ளவர்கள் என்னைப் பற்றி குறைபட்டுக் கொள்வார்கள்.

"சின்னப் புள்ளதானே. படிச்சதுக்கான வேலை எங்க கெடைக்குது? போறப்ப போகட்டும்!" என்னைக் காட்டிக் கொடுக்காமல் பெற்றோர்கள் பதில் சொல்வார்கள்.

உழைப்பற்ற எனது இருப்பை ஊரார் கேள்வி கேட்பது எனக்குச் சங்கடமாக இருக்கும். பெற்றவர்களின் மறுமொழி என் மனசை நெகிழ வைக்கும்.

வயலில் களை எடுப்பு நடந்து கொண்டிருந்த ஒரு பொழுதில் தான் அது நிகழ்ந்தது. அம்மாவும், தங்கைகளும் வேலை செய்து கொண்டிருந்தார்கள். அப்பா சற்று நேரத்திற்கு முன்னர் தான் டவுனுக்குப் போயிருந்தார். இரவுச் சாப்பாட்டிற்கு அப்பா வந்து தான் ஆகவேண்டும். பலமுறை ஏதாவது தாக்கல் சொல்லி தானியம் கடன் வாங்கியாகி விட்டது. அப்பா புலம்பிக்கொண்டே போனார். போய்விட்டார் என்றால் எப்படியாவது தலைச் சொறிந்து, பல் இளித்தாவது வாங்கி வந்துவிடுவார்.

மதியம் உச்சிப் பொழுதைத் தாண்டியிருந்தது. வெயில் சுள்ளென்று காய்ந்தது. நான் புளிய மர நிழலில் உட்கார்ந்திருந்தேன். வயலிலிருந்தவாறு என்னை அம்மா சத்தம் போட்டு சாப்பிட கூப்பிட்டுக் கொண்டேக் கஞ்சிக் கலயம் வைத்திருந்த இடம் நோக்கிப்போனது.

கலயம் உருண்டு கிடந்தது. "அச்சச்சோ நாசமா போன காக்கா தள்ளி விட்டுருச்சே. எம்புள்ள பசி தாங்க மாட்டானே" அம்மா கை உதறிப் பதறியது. அழுகாத குறையாகப் புலம்பி, ஓடிக் கலயத்தை நிமிர்த்தியது.

நான் வேகமாகப் போனேன். தங்கைகள் ஓடி வந்தார்கள். சிந்தியது போக அடியில் கொஞ்சம் கஞ்சி மிச்சமிருந்தது. ஒரு ஆளுக்குக் கூடப் பத்தாது. ஒருவருக்கொருவர் முகம் பார்த்து சங்கடப்பட்டோம். அம்மா தலையில் கை வைத்து உட்கார்ந்து விட்டது. நான் மௌனித்திருந்தேன்.

"இருக்குறத நீ சாப்பிடுண்ணே" தங்கைகள் அருகில் ஓடிய வாய்க்கால் தண்ணீரை அள்ளிக் குடித்து விட்டு மீண்டும் களை எடுக்கப் போய் விட்டார்கள்.

மௌன யோசிப்பிலிருந்த நான் ஒரு சபத வைராக்கியத்தோடு இப்பொழுதே புறப்பட வேண்டும் என்கிற பயண முடிவிற்கு வந்தேன். நான் சாப்பிடாவிட்டால் அவர்களுக்கு மனசு தாங்காது. பிடிப்பில்லாமல் சாப்பிட்டு எழுந்தேன்.

எவரிடமும் சொல்லிக் கொள்ளவில்லை. எங்கே போகிறோம் என்கிற தீர்மானமில்லை. கையில் போதுமான காசில்லையே என்கிற உணர்வில்லை. புறப்பட்டு விட்டேன்.

எப்படியோதூரந் தொலைவு போய்ச்சுயமாக உழைக்க தொடங்கிப் பதினைந்து ஆண்டுகள் ஆகிவிட்டன. தங்கைகளுக்குத் திருமணம் முடிந்திருந்தது. எனக்கும் திருமணமாகி இரண்டு பிள்ளைகள்.

ஆழ்ந்த யோசனையில் வயலை நெருங்கிக் கொண்டிருந்தேன். பொழுது முகம் தெரியாத அளவிற்கு இருட்டியிருந்தது. அப்பா மண்ணை வெட்டிக் கூடைகளில் நிரப்பிக் கொண்டிருந்தார். அம்மா கரையில் கொண்டு போய்க் கொட்டிக் கொண்டிருந்தது. பலமுறை பார்த்துப் பழக்கப்பட்ட செயலாக இருந்ததால் இருள் கவிந்த நேரத்திலும் வேலை செய்வதைத் தெளிவாக உணர்ந்தேன்.

வருசா வருசம் இந்த வயலுக்கு நடக்கும் திருப்பணி இது. வயல் மேட்டை வெட்டிப் பள்ளமாக்கும் முயற்சியும், வாழ்க்கைப் பள்ளத்தை மேடாக்கும் முயற்சியும் முற்றுப் பெறாததாகவே இருந்தது.

'அம்மா... அப்பா'... என ஆவல் மேலிட கூப்பிட்ட வாறே அவர்களுக்கு அருகில் போய் நின்றேன். வேலை செய்வதிலிருந்து விடுபட்டு அவர்கள் என் பக்கம் திரும்பினர்.

'வாய்யா, வாய்யா... இப்பத்தான் வர்றியா? எல்லோரும் சொகமா இருக்கியலா? மூத்தவன் நல்லா படிக்கிறானா? எளையவன் பள்ளிக்கூடம் போறானா?' ஒன்றன் பின் ஒன்றாக மனம் கசிந்து வரும் கேள்விகள்.

"முன்ன மாதிரி எங்களால வேலை செய்ய முடியலப்பா... ஆளுவிட்டு வெட்டச் சொல்லலாமுன்னா காசு கொடுத்தாகணுமே...? அந்த காசு இருந்தா ஒரு செலவுக்கு ஆகும்".அப்பா பேசினார். "ஏதோ முடிஞ்ச வரைக்கும் வேலை செய்றோம்ப்பா".. ஏக்கப்பெருமூச்சோடு நிறுத்தினார்.

அம்மா என் உடம்பைத் தடவிக் கொடுத்துக் கையைப் பிடித்து முத்தமிட்டது. "உடம்பு கிறங்கிப் போச்சே... நீயும் புள்ளக் குட்டியள காப்பாத்தச் சிரமப்படுறியே... ஒரு மகனாப் பொறந்தும் நாங்கபட்டத் தரித்திரம் ஒன்னையும் விட்ட பாடில்லையே!" விசும்பி, முந்தானையால் கண் துடைத்தது.

சின்னதாய் ஏதோ யோசித்து மீண்டு, "கூலி வேலைக்குப் போயி சேத்தக் காசு கொஞ்சம் இருக்கு. போறப்ப மறந்துடாம வாங்கிட்டு போ. ஏதோ உன்னோட குடும்பச் செலவுக்கு ஆகும்."

பெற்றவர்களின் எந்தப் பேச்சிலும் எனது உதவியின்மை குறித்த சலிப்பில்லை. இந்தத் தள்ளாத நிலையிலும் எனக்கான இவர்களின் தியாகத்தை நினைத்தபோது பெருமிதத்திலும் துக்கத்திலுமாக என் மனசு தவித்தது.

"வயசான காலத்தில உங்க உடம்பு நோகவிடாம உட்காரவச்சு சோறு போடுறதா சபதமெடுத்தேனே... என்னோட வைராக்கியத்தை ஈடேத்த முடியலியே... நான் வயிறார சாப்பிட பலதடவை பட்டினி கெடந்து சந்தோசப் பட்ட தங்கைகளுக்கு ஒரு உதவியும் செய்யலியே. நான் வாழ்றதுக்கு, என் மனைவி மக்கள காப்பாத்த இன்னும் உங்க நிழல் தேவைப்படுதே..."

வாய் புலம்ப, கண்களில் நீர்த் திரண்டது. தலை கவிழ்ந்தேன். உடல் குலுங்கியது. குமுறி அழுதேன்.

அகவல் 1999

நிலமெல்லாம் முள்மரங்கள்

வேலுச்சாமியின் மனசெல்லாம் சந்தோசக் குளிர்ச்சி. மனசின் சந்தோசத்தைக் கால்களில் காட்டி நடந்தார். தாய்வீடு போகும் மகளின் நடை. இப்பொழுதுதான் சொந்த ஊர் வந்தவருக்கு உட்காரக்கூடத் தோணல. புஞ்சைக்காடு பார்க்கப் போகும் ஆவல்.

தெருவின் மேற்கிலிருந்து கிழக்காகப் போய்க் கொண்டிருந்தார்.

'எப்ப வந்திய மாமா?...' 'எங்க புறப்பட்டாச்சு சித்தப்பு?...' இப்படி பாசத்தோடு விசாரித்த எவருக்கும் நின்று பதில் சொல்லவில்லை.

'இப்பத்தான்...' 'இந்த வந்துர்றேன்' புஞ்சைக் காட்டுக்குப் போறேன்' என ஒற்றைத் தாக்கலாகச் சொல்லிக் கொண்டே நடந்தார்.

'இவ்வளவு அவசரமா காட்டுக்குப் போயி மனுசன் எதை அள்ளப் போறாரு. இங்க இருக்கவனே பொழைக்க வழியத்து, வடக்கும் தெக்குமா ஓடிக்கிட்டு இருக்கான். இவரு என்னடான்னா...

வானம் பார்த்த பூமியில் வருசமழைப் பெய்வதே அரிதாகிவிட்டது. மழைக் கைகூடி, விளைந்தால் விவசாயச் செலவுக்குக் கட்டுப்படியான காசு தேறவில்லை. வாங்கிய கடன் அடைக்க வழிவகை தெரியவில்லை.

தெருவில் விசாரித்தவர்களும் வேடிக்கை பார்த்தவர்களும் அவரின் ஆவலை இன்றைய நடப்போடு பொருத்திப் பார்த்தார்கள். விரக்தியும், நக்கலுமாய் பேசிச் சிரித்தார்கள்.

வேலுச்சாமிக்கு ஊரின் இன்றைய நிலவரம் புரிந்திருக்க வாய்ப்பில்லை. பத்துப் பன்னிரெண்டு வருசத்திற்கு முன் ஊரைவிட்டுப் போய் மகனோடு இருந்துவிட்டார். ஊர்த் தொடர்பில்லாமல், இப்பொழுதுதான் வந்திருந்தார்.

மகனுக்கு கோயம்புத்தூர் பக்கத்தில் வேலை. சின்ன வயசில் ஊரைவிட்டு ஓடிய மகன், எப்படியோப் புத்திசாலித்தனமாய் ஒரு வேலையைத் தேடிக்கொண்டான். சொந்த பந்தங்களிடம் கெட்டிக்காரப் பையன் என்கிற பேரு. வேலுச்சாமிக்கு ஆரம்பத்தில் மகன் ஊரை விட்டுப் போனதில் வருத்தம்தான். ஒரே பையன். தனக்குப் பின்னால் காடு கரையைப் பார்க்க ஆளில்லையே என்ற கவலை ஒரு பக்கம். இருந்தாலும், 'அவனாவது வெயில்படாமப் பொழச்சிட்டுப் போறானே' என்கிற ஆறுதல் மறுபக்கம்.

தன்னால் முடிந்தவரை விவசாயத்தைக் கட்டி இழுத்தார். பொஞ்சாதி செத்ததற்கப்புறம் பொங்கிச் சாப்பிடுவதே திண்டாட்டம். உதவிக்கு ஆளில்லாத சம்சாரித்தனம் சரிப்பட்டு வருமா...? தனது விவசாயத்தை அக்கம்பக்கத்துக்காரர்களிடம் பார்க்கச் சொல்லிவிட்டு, மகனோடு போய் நிரந்தரமாகத் தங்கிவிட்டார்.

இப்பொழுது கொஞ்சகாலமாக மகன் வேலையும் 'நித்தியகண்டம்' என்றாகிவிட்டது. எப்படி 'பொழைக்கப் போறோம்' என்று மகன் கண் கலங்கும் போதெல்லாம் 'அடப் பயித்தியக்காரப் பயலே மனசவிட்டுராதடா... ஓம் பாட்டன், பூட்டன் தலைமுறையா கஞ்சி ஊத்துன காடு கரைய உழுது பொழச்சிட்டுப் போறோம். கவலைய விடுறா' என்பார் வேலுச்சாமி.

எழுபதை நெருங்கும் வயது. உடலில் அவ்வளவாகத் தளர்ச்சி தெரியவில்லை. வெள்ளை வெளேர்னு வேட்டியும் சட்டையும் உடுத்தியிருந்தார். முக்காடா... தலைப்பாகையா... என்று சொல்ல முடியாதபடி தலையில் சுற்றியத் துண்டு.

தெருவின் கிழக்கு முனையிலிருந்து தெற்குப்பாதை நோக்கித் திரும்பினார்.

ஏழெட்டு வயல் கடந்தால் இரண்டு மைலுக்கு நீண்டுப் பரந்திருக்கும் புஞ்சைக்காடு. அந்தக் காலத்தில் தலை நிமிர்த்தி இங்கிருந்து பார்த்தால் ஆகக் கடைசி வரை 'பளிச்' னு தெரியும்.

பயிர்களில் ஆடோ, மாடோ இறங்கினாலும் இறங்காவிட்டாலும் இங்கிருந்தே குத்துமதிப்பாக ஒரு கூப்பாடு. "யார்ரா அவன்... மாட்டைத்தள்ளிப் பத்துரியா... பயமகனே வரணுமா" புஞ்சைகளின் கடைசி எல்லையில் உள்ள செங்கை முனி கோவில் வரைச் சத்தம்பட்டு எதிரொலிக்கும். அப்படி இருந்த பூமியைத்தான் நாசமாப் போற ரயில்காரன் தண்டவாளம் போட்டு துண்டாடிட்டான். அதிலெல்லாம் கூடக் காடு மவுசுக் குறைந்து போய் விடவில்லை.

வேலுச்சாமி, ஏர்பிடித்த காலத்திலிருந்து தரமான மாடுகள் வைத்து விவசாயம் பார்த்த சம்சாரி. பத்து ஏர் உழுதாலும் போகவர அளவெடுத்தது போல சால் அடிப்பார். பகைக்காரன் கூட நின்று பார்க்கிற நூல் பிடிச்ச மாதிரி உழவு.

வயல்வெளி கடந்துப் புஞ்சைக்காட்டு எல்லைத் தொட்டு நடக்க ஆரம்பித்தார். புஞ்சைகளில் சிறிதும் பெரிதுமாகச் சீமைக் கருவேலஞ்செடிகள் முளைத்து இருந்தன. 'சனியம் புடுச்சதை இப்படி வளரவிடக் கூடாதே... மொளைக்கும் போதே கொத்தி எறியாம என்ன செய்றானுங்க?' மனசு நெருடலாக இருந்தது. கை பரபரத்தது.

அவர் எப்பொழுது காட்டுக்குக் கிளம்பினாலும் அரிவாளோ, மண்வெட்டியோ தன்வசம் வைத்திருப்பார். விவசாயம் இல்லாத கோடையில் கூடத் தனது புஞ்சையில் புல்-பூண்டோ, முள்செடியோ எது முளைத்திருந்தாலும் 'உனக்கென்ன வேலை இங்க?' என சொல்லியபடி ஒரே போடாகப் போட்டுத் தூக்கி வீசிவிடுவார்.

விவசாயத்துக்கான எல்லாச் சாமான்களும் அவர் கைவசமிருக்கும். மேழி, கலப்பை எதுவானாலும் கனகச்சிதமாக வைத்திருப்பார். களைக்கொட்டோ, கட்டுக்கயிறோ எதற்கும் கையேந்தி நின்றதில்லை.

புஞ்சைக்காட்டுப் பாதையில் நடந்துப் போகப்போக உழுகாத காடும், வளர்ந்தக் கருவேலஞ்செடிகளுமாக இருந்தது. மனசில் அருவருப்போடு நடந்து, ரயில்கரை ஏறித் தெற்குக்காட்டைப் பார்த்தவருக்குத் திகிலடித்தது போலானது. நிலமெல்லாம் முள் மரங்கள். சமீபகாலத்தில் விவசாயம் பார்த்தப் புஞ்சை எதுவும் கண்களில் படவில்லை.

'அட விருதாப் பயலுகளா... காடெல்லாம் நாசமாப் போச்சேடா. நான் ஊரை விட்டுப் போகையில இப்பிடி ஆகும்னு கனவுல கூட நினைக்கலியே'. 'நப்பாசை' விடவில்லை. கடைசி எல்லைத் தொட்டுத் திரும்ப ஆசை.

ரயில்கரையை விட்டு இறங்கி மேலும் நடந்து கொண்டிருந்தார். பூட்டிய ஏர்மாடு போய் வந்த பாதை, இப்போது ஓர் ஆள் நடக்க வழியில்லாமல் முள்மரங்கள் அடர்ந்திருந்தன. போகப் போகப் பாதை தெளிவில்லாமல் இருந்தது. பாதை தப்பிய இடத்தில் திகைத்து நின்றவர், தலைத்துண்டை தரையில் போட்டு உட்கார்ந்தார்.

நினைவுகள். பழைய நினைவுகள். எல்லாமே புஞ்சை நினைவுகள். ஏக்கமான மனசுக்குள் ஏகமாய் நினைவுகள்.

ஆடிப்பட்டத்தில் விதைக்க ஆரம்பித்தால்... கம்பும் –வரகும், காணமும் – துவரையும், பருத்தியும் – எள்ளும், மல்லியும் - மிளகாயும் துளிர்விட்டுப் புஞ்சைக்காடெல்லாம் ஒரே பச்சை பசேலென்றிருக்கும்.

வரகம்பயிர் வளர்ந்து நிற்கத் துவரைச்செடி திளைத்து வரும். வரகு அறுவடை நாட்களில் துவரை மஞ்சள் நிறத்தில் பூத்துப் பிஞ்சும் காயுமாய் குலுங்கும்.

பூப்பூக்கும் பருவத்தை நெருங்கும் பூக்காத மல்லிச்செடிகள், பூப்பெய்தியக் குமரிகளைப் போல் பச்சையில் மின்னுவது ஒரு அழகுதான். எல்லா மல்லிச்செடிகளும் சில்லென்று மணம் வீசி வெள்ளை வெள்ளேர்னு ஒத்தாப்புல பூத்து நிற்பதும் ஒரு ஒய்யாரம் தான்.

கம்மம்பயிர் கதிர் பிடித்துவிட்டால் எப்பேர்பட்ட மனுசனுக்கும் வாயில் எச்சில் ஊறும். கண் இமைக்காத காவலிலும் பறித்துத் தின்ன கை பரபரக்கும். கம்பங்காட்டில் பரண் கட்டிக் காவல் காப்பதும், தகரத்தைத் தட்டி ஒலி எழுப்பிக் குருவிகளை விரட்டுவதும் ஒரு விளையாட்டுப் போலத்தான்.

மிளகாய் கொள்ளையில் படர்ந்திருக்கும் சர்க்கரை வள்ளி - பூவும் காயுமாக அடர்ந்து இருக்கும் மொச்சைக்கொடி என காடுகளில் விளையும் அத்தனையும் வந்து போயின. முளைவிடுவதிலிருந்து அறுவடை வரை ஒவ்வொன்றாய் மனசில் நீண்ட நேரம் ஓடியது.

திடீரென நினைவிலிருந்து விடுபட்டவர் கை உதறி கண்களில் நீர்வடிய எழுந்து நின்றார். பொழுது இருட்டி இருந்தது. கருவேலங்காட்டின் நடுவில் இருள் இன்னும் அடர்த்தியாய் இருந்தது. பாதை எதுவும் பிடிபடவில்லை.

நின்ற இடத்திலிருந்தே திக்கெட்டும் திரும்பிப் பார்த்தார். வழியெதுவும் தெரியவில்லை. குருட்டாம் போக்கில் கொஞ்சம் நடந்தார். 'நிகா' பிடிபடாமல் நின்றார். யோசித்து கொஞ்சம் நடந்தார். முள் செடியில் முட்டி நின்றார். வெறி கொண்டது போல் இருந்தது அவருக்கு.

"அடப் பாவிப் பய தெய்வமே. எங்கெரகமா இது. இப்படி வகை தொகை இல்லாம மாட்டி முழிக்கிறேனே" வாய்விட்டுப் புலம்பி நடந்தார்.

நிற்பதும், கொஞ்சம் நடப்பதும், வழியற்றுத் திரும்புவதும், உட்காருவதும் எழுவதும் மீண்டும் நடப்பதுமாய் நீண்ட நேரம்

மல்லுக்கட்டிக் கால்கள் ஓய்ந்துத் தள்ளாடி விழுந்தார். நடுச்சாமம் கடந்திருந்தது.

பாதங்களில் முட்கள் தைத்து ரணமாகியிருந்தது. மேல்சட்டை கிழிந்து உடம்பெல்லாம் ரத்தக் கீறல்.

ஆத்திரம், ஆத்திரமாய் வந்தது. கதறி அழ வேண்டும் போல இருந்தது. வைராக்கியம் தடுக்க, ஆவேசம் பொங்கியவராய்... 'என் சொந்த பூமியே என்னைய மிரட்டுதே!... இந்தக் காட்டுல என் கால்தடம் படாத இடம் உண்டா? எப்படியும் விடியாமலா போயிரும். இந்த வீராச்சாமி மகன் வேலுச்சாமி இதுக்கு ஒரு வழி காணாமலா போயிருவான்' தட்டுத் தடுமாறி, மீண்டும் எழுந்தார்.

2005

நீர் விளையாட்டு

சின்ராசுப்பயல் ஓடும் தண்ணீர்னா உசிராய் இருப்பான். வெள்ளம்னா கொள்ளைப் பிரியம் அவனுக்கு. அய்ந்தாறு நாட்களாக பெய்த மழையும் - துறலும் அன்றைக்குத்தான் நின்றது போல் இருந்தது. திரும்பும் திசையெல்லாம் தண்ணீரின் ஓட்டம்.

ஊருக்குப் பயணமாகிக் கொண்டிருந்தான் சின்ராசு. மழை தொடர் மழையானதிலிருந்து அவன் மனசெல்லாம் ஊர் நினைப்பு. ஊரில் மழைபெய்து தண்ணீர்ப் பெருக்கெடுத்து ஓடும் அழகைப் பார்க்க வேண்டும் போல் இருந்தது அவனுக்கு. தெருவில் புரண்டு ஓடும் மழைநீரைக்கூட கண்கொட்டாமல் வேடிக்கை பார்ப்பான். கண்மாய் மடையில் சுழித்து வெளியேறும் தண்ணீரைப் பார்த்துக்கொண்டே இருப்பான். கழுங்கு மதகில் சறுக்கிப் பாய்ந்தோடும் நீரைப் பார்த்து பசி மறந்து நிற்பான்.

அவன் பஸ்-ஸ்டாண்டு வந்து சேரவும், ஊருக்குப் போகும் பஸ் வந்து நிற்கவும், மிகச்சரியாக இருந்தது. 'திருச்சி-ராமேஸ்வரம்' பஸ்ஸின் முன் கண்ணாடியிலிருந்த பெரிய எழுத்துக்களை வாசித்து 'நம்ம ஊரு பஸ்' எனத் தனக்குத்தானே சொல்லிக் கொண்டான். 'இப்ப எங்க போகுது?' பஸ்ஸின் பின்பக்கம் ஓடி இராமேஸ்வரம் என்று மாட்டியிருந்த ரூட் போர்டைப் பார்த்து 'நம்ம ஊருக்குத்தான்' என உறுதிப்படுத்திக் கொண்டான்.

'வண்டி பத்து நிமிசம் நிக்கும்' சத்தமாகச் சொல்லியபடி கண்டக்டர் முன்படிக்கட்டு வழியாக இறங்கிக் கொண்டிருந்தார். 'இந்த பஸ் நல்ல ஸ்பீடா போகும்'னு நினைத்தபடி சின்ராசு பயல் பின்படிக்கட்டு வழியாக ஏறிக் கொண்டிருந்தான்.

பஸ்ஸில் காலியாக இருந்த ஒரு சன்னலோர இருக்கை பார்த்து உட்கார்ந்து கொண்டான். வண்டியிலிருந்த பல பேர் இறங்கி இருந்தார்கள். இவனுக்கு முன்சீட்டிலிருந்த ஒரு பெண் இறங்கலாமா வேண்டாமா என யோசிப்பவள் போல் இருந்தாள். அவள் அருகே ஆணும் பெண்ணுமாய் இரண்டு குழந்தைகள். அவளிருக்கையிலிருந்து திரும்பி இவன் முகம் பார்த்தாள். முதலில் ஏதோ சொல்ல நினைத்துத் தயங்கினாள். பின், மெல்லிய குரலில் "தம்பி, இதுகளை கொஞ்சம்

பார்த்துக்கிற்றியாப்பா, ரெண்டு ரொட்டிப் பாக்கெட் வாங்கியாந்துர்றேன்" எனக் கெஞ்சுவது போல் கேட்டாள். அவளது முகத்தோற்றமும் பேச்சு பாவனையும் இவனுக்குள் ஏதோ அன்னியோன்னிய உணர்வை ஏற்படுத்த 'சரி' என்பது போல் தலை அசைத்தான்.

அவள் இறங்கிப் போவதையே கண் இமைக்காமல் பார்த்துக் கொண்டிருந்தவனுக்கு, தன் பெரிய அக்கா நடந்து போவது மாதிரிபட்டது. அக்காவின் குழந்தைகள் நினைவிற்கு வந்தார்கள். முன்னிருந்த குழந்தைகள் முகம் பார்த்துச் சிரித்தான். அக்காவுக்கும் இதே போல் இரண்டு குழந்தைகள்.

பெரிய அக்காவை நினைத்ததும் தனது குடும்பமே மனசுக்குள் வந்தது அவனுக்கு. அவன் பள்ளிக்கூடத்தில் ஒன்னாம் வகுப்பில் சேருவதற்குள் அப்பா இறந்து போனார். விளைஞ்சா வருசத்தில் பாதிநாளை ஓட்டலாம் என்கிற அளவுக்குக் கொஞ்சம் வானம் பார்த்த விவசாயம். அப்பா இறந்ததற்கப்புறம் அம்மா உழைக்கத் தெம்பில்லாமல் நோயாளி போல் ஆகிவிட்டது. பெரிய அக்காதான் எல்லாம். அக்கா "மாங்கு - மாங்குனு' ஆம்பிளை மாதிரி உழைப்பதாக ஊரே பேசிக்கொள்ளும். களையெடுப்போ, கருதறுப்போ, விறகுவெட்டோ எதுவானாலும் கூலிவேலைக்குப் போக அக்கா சளைக்காது. மற்ற அக்கா ரெண்டு பேரும் அந்த அளவுக்கு சூட்டிகை இல்லை.

கையில் ஏதோ தின்பண்டங்களை வாங்கியபடி இருக்கையில் வந்து உட்கார்ந்தால் அந்தப் பெண். பிள்ளைகளுக்குக் கொடுத்துவிட்டு இவனிடம் ரெண்டு முறுக்கை எடுத்து நீட்டினாள். வேண்டாம் என்பதைப் போல் தலையை ஆட்டிவிட்டு ஒன்றை மட்டும் வாங்கிக்கொண்டான். தன் அக்காவே கொடுத்தது போல் இருந்தது அவனுக்கு.

பெரிய அக்காவும் இப்படிதான், வேலைக்கு போய்விட்டு வந்தால், இவனுக்குத் தின்பதற்கு ஏதாவது வாங்கிக்கொண்டு வரும். எங்கே விளையாடப் போயிருந்தாலும் வீட்டுக்கு அக்கா திரும்பும் நேரம் நம்பிக்கையோடு வாசலில் காத்து நிற்பான். அக்கா வாங்கி வந்ததை இவன் கையில் கொடுத்து, 'தம்பி! என் செல்லக்குட்டி தின்னுடா கண்ணு' என்றபடி அணைத்துக் கொஞ்சும். முகம் மலர்ந்து சிரிக்கும். நாளெல்லாம் உழைத்த களைப்பு அக்கா முகத்தில் தெரியாது.

அக்காவைக் கல்யாணம் கட்டாமல் இருந்திருந்தால், இந்த வேலைக்கு வந்திருக்கமாட்டான். 'எந்தம்பிய காலேசு படிப்பு படிக்க

வைக்கணும்'னு அடிக்கடி பேசும். 'ஆபிசர் வேலைக்கு அனுப்பனும்'னு ஆசை ஆசையாய்ச் சொல்லும்.

யோசனையிலிருந்த சின்ராசு படக்கென்று முகத்தைத் திருப்பி அப்படியும், இப்படியும் பார்த்தான். கடையிலிருந்து யாராவது வந்து கூட்டிப் போய்விடுவார்களோ என்கிற பயம் அவனுக்கு. ஊருக்குப்போக முதலாளியிடம் அனுமதி வாங்குவதற்குள் பெரும்பாடு பட்டுவிட்டான்.

முதலாளிக்குச் சின்ராசுன்னா தனிப்பிரியம்தான். இவனது கை வேகத்தையும், வேலை சுத்தத்தையும் பார்த்துப் புன்னகை பூக்க ரசித்துக் கொண்டிருப்பார். அதே சுறுசுறுப்பு இவனிடம் கொஞ்சம் எல்லை மீறி சேட்டையாக மாறும்போது அவர் போடும் அதட்டில் இவன் உடம்பு ஆடிப் போகும்.

இவன் இந்த ஒட்டலில் வேலைக்குச் சேர்ந்து நான்கைந்து வருசமிருக்கும். எட்டாப்பு லீவோடு இங்கே வந்துவிட்டான். இதே கடையில் வேலை பார்க்கும் சேகர் மச்சான்தான் இவனை ஊரிலிருந்து கூட்டிவந்தது. இவன் காரைக்குடி வந்த புதுசில் டவுன் விவரம் எதுவும் தெரியாது. எதைப் பார்த்தாலும் அதிசயப்படுவது போல் பராக்குப் பார்ப்பான்.

பஸ் டவுனைக் கடந்ததும் 'அப்பாடா' என நிம்மதிப்பெருமூச்சு விட்டான். இனி கடையிலிருந்து யாரும் வந்து கூப்பிட்டுப் போக முடியாது என்கிற சந்தோசம் அவனுக்கு. பயம் நீங்கிய முழுமனதோடு சன்னல் வழிக் காட்சிகளைப் பார்க்கத் தொடங்கினான். பார்வைக்கு எட்டும்வரை தண்ணீரின் காட்சி.

பஸ் வெள்ளாற்றுப் பாலத்தில் போகும்போது, தண்ணீரில் குதித்து விளையாட வேண்டும் போல் இருந்தது. நீந்துவது மீன்குஞ்சு போல் இயல்பான விசயம் அவனுக்கு. கிராமத்து ஊருணி, கண்மாய்களில் சிறுவயது தொட்டே நீந்திக்குளிப்பான். முங்கு நீச்சு, மல்லாக்கு நீச்சு எதுவானாலும் படுவேகமாக இருப்பான்.

வெளிப்புறக் காட்சிகளைக் கண் இமைக்காமல் பார்த்துக்கொண்டே வந்தான். முன்னால் இருந்த அக்காவையும், குழந்தைகளையும் அவ்வப்போது பார்த்துக்கொண்டான். குழந்தைகள் இவனைப் பார்த்தபோதெல்லாம் சிரித்து விளையாட்டுக் காட்டினான். கொஞ்ச நேரத்தில் குழந்தைகள் இவனுக்கு நெருக்கமானார்கள். இவனோடு அடித்து, கிள்ளி விளையாடினார்கள். சாலையில் தாழ்வான பகுதிகளில் பஸ்போகும் போது தண்ணீர் தெரித்து புஸ்வானம் போல் மேலே உயர்ந்துச் சிதறியது. அவனும் குழந்தைகளும் கைதட்டிச் சிரித்தார்கள்.

பஸ், தேவகோட்டை ஆற்றுப்பாலத்தில் போய்க் கொண்டிருந்தது. ஆற்றில் தண்ணீர் நொங்கும் நுரையுமாக ஓடியது. சனங்கள் கூட்டம் கூட்டமாக நின்று வேடிக்கைப் பார்த்துக் கொண்டிருந்தார்கள்.

'நம்ம ஊர்க் கண்மாய் கழுங்கில் தண்ணி போனா இப்படித்தான் சனங்க நின்னு வேடிக்கை பார்க்கும். ஊரே ஒட்டுமொத்தமா கூடி பத்தக்கட்டைப் பதிச்சு மீன் பிடிக்கும். ஊருக்குத் தென்புற ஓடையில தண்ணி கதிப்போக்காப் போகும். கருப்பசாமி அய்யா ஆட்களை சேர்த்துக் கொண்டு வலை கட்டி மீன் பிடிப்பார். பெரும் பெரும் மீனெல்லாம் மாட்டும்' நினைப்பு ஊரைத் தொட்டு திரும்பியது.

பஸ்ஸில் அவ்வளவாக கூட்டமில்லை. இன்னும் பத்துபேர் உட்காரலாம் போல இடம் காலியாக இருந்தது. இந்த பஸ்ஸில் எப்பவும் 'நிக்கவே இடமில்லை' என்கிற மாதிரி கூட்டமாக இருக்கும், 'மழையினால யாரும் அதிகமா ஊருதேசம் போகலையோ' எனப்பட்டது அவனுக்கு.

பஸ் சீரான வேகத்தில் முன்னேறி 'சனவேலி' ஊர் எல்லையைப் பிடித்து, கடை வீதி ஸ்டாப்பில் வந்து நின்றது. மற்ற ஊர்களில் ஏறாத அதிகக் கூட்டம் பஸ்ஸில் ஏறியது.

'என்ன இவ்ளோ கூட்டம்?' என யோசிப்பது போல் இருந்தான் சின்ராசு. 'ஆத்தைக்கடந்து அடுத்த ஊர் கோவில்ல கிடாவெட்டு விருந்துக்குப் போறோம்'. யாரோ விசாரித்தவரிடம் உற்சாகம் பொங்க பதில் சொல்லிக் கொண்டிருந்தார் ஒருவர்.

ஊர்க் கடைத்தெரு கடந்து கொஞ்சம் நகர்ந்தால் ஆறு. ஆற்றைக் கடக்க நீளமான தரைப்பாலம், ஆற்றில் இறங்கி நின்றால் பாலம் ஓராளுக்கு மேல் உயரம். ஓடும் தண்ணீரை உள்வாங்கிக் கடத்தும் நெருக்கமான பெரிய, பெரிய சிமெண்ட் குழாய்கள்.

பஸ் ஆற்றை நெருங்கி நின்றது. வெள்ளப்பெருக்கை வேடிக்கைப் பார்த்துக் கொண்டிருந்தது ஒரு கூட்டம். தரைப்பாலத்திற்கு மேலே தண்ணீர்ப் போய்க் கொண்டிருந்தது.

சின்ராசு தலையை நீட்டி ஆவல் பொங்க ஆற்றைப் பார்த்தான். கிழக்கே வேகம் காட்டி ஓடிக்கொண்டிருந்தது தண்ணீர். பனங்கட்டைகளும், ஈச்சங்கன்றுகளும் அமுங்கித் தெரிந்தன. கருவேலஞ் செடிகள் மூழ்கி மேல்பகுதிகள் நீட்டிக் கொண்டிருந்தன. தண்ணீரில் ஏதேதோ மிதந்து போனது.

டிரைவர் தண்ணீரை வெறித்துப் பார்த்தார். மிரட்சியாக இருந்தது. சில நிமிடங்களில் பஸ் கூட்டத்தைத் திரும்பிப் பார்த்தார். மறுபடியும்

தயங்கி தண்ணீரைப் பார்த்தார். 'போயிர முடியுமா?' குழப்பமாக இருந்தது அவருக்கு.

'பக்கத்து ஸ்டாப்புல எறங்குற கூட்டம்' என்ற நினைப்போடு வேக வேகமாக டிக்கட் போட்டுக் கொண்டிருந்தார் கண்டக்டர். பஸ் நிற்பதை உணரவே சற்றுநேரம் ஆனது அவருக்கு. பதட்டத்தோடு கூட்டத்தை விலக்கிக் கொண்டு டிரைவரை நெருங்கினார். இருவருக்கும் ஏதும் பேச மனமில்லை. இருந்த சூழ்நிலையில் சங்கடப் பார்வையால் மௌனம் காத்தனர்.

"பாலத்து மேல தண்ணி லேசாத்தான் போகுது. இப்பத்தான் இதைக்கடந்து ஒரு வண்டி வந்துச்சு யோசிக்காம போகலாம்". தைரியம் சொல்லியது ஒரு குரல்.

பஸ் நகர்ந்தது.

"தண்ணி இப்ப கூடிட்டு இருக்கு, போகாதீங்க" பயம் கலந்த பல பதட்டக்குரல்கள்.

பஸ் நின்றது.

"இது வடக்க டில்லி, சென்னையில இருந்து ராமேஸ்வரம் வரை போற ரோடு, வெள்ளைக்காரன் திட்டம் போட்டுக் கட்டுன பாலம். ஊருப்பட்ட தண்ணி போனாலும் ஒன்னும் ஆகாது" படிக்கட்டில் இருந்து வந்த ஒரு முரட்டுக்குரல்.

பஸ் நகர்ந்தது.

"பலப்பரீட்சை பார்க்காதே! போகாதேன்னா போகாதே" ஒரு அதட்டல் குரல்.

பஸ் நின்றது.

"போகலாம்"... "வேணாம்" மாறி மாறி வந்த வெவ்வேறு குரல்கள்.

டிரைவருக்கு ஒன்னும் விளங்கவில்லை. என்ன செய்வது என்று புரியாதப் பதட்டம் தொற்றிக்கொண்டது. பஸ் தயங்கித் தயங்கி நகர்ந்தும், நின்றும் பின் மெதுமெதுவாக ஊர்ந்தும் போய்க்கொண்டிருந்தது.

எஞ்சின் இயக்கம் நின்றது போல் தெரிந்தது. ஆனாலும் பஸ் நகர்ந்து கொண்டிருந்தது. டிரைவரின் வசம் எதுவும் இல்லை என்பது போலானது. எல்லாம் தண்ணீரின் செயல் என்பது போல்பட்டது. "நிக்கட்டும்" "போகட்டும்" எந்தக் குரலுக்கும் அது கட்டுப்படுவது போல் தெரியவில்லை.

"அய்யோ! பஸ் என்னமோ மாதிரி போகுதே. தன் போக்குல நீந்துதே" பஸ்ஸில் பேச்சுச் சத்தம் பெருஞ்சத்தமாகியது. பெண்கள் பதறித் துடித்தார்கள். கதறி அழுதார்கள். படிக்கட்டுகளில் நின்ற ஆண்கள் ஆற்றில் குதித்தார்கள்.

வேடிக்கை பார்த்துக் கொண்டிருந்த சின்ராசுவை "ஐயோ! சாகப்போறமே" எனும் ஒரு குரல் உசுப்பியது. உயிர் ஆசை உந்தித்தள்ள வலது சன்னல் வழியே தலையை நீட்டி உடம்பை அசைத்து வெளியேறத் துடித்தான். 'குதிச்சு நீந்தி மீண்டுறலாம்' என நம்பிக்கையோடு நினைத்தான்.

மின்னல்வெட்டைப் போல் திடீர் உணர்வு. மீளத்துடித்த ஆசையைப் பாச மனசு பற்றிக்கொண்டது. வெளியே நீட்டியிருந்த உடம்பை வேகமாக உள்ளிழுத்தான். "அக்கா!" என ஓங்கி அலறினான். "பாப்பா...   தம்பி!" எனக் கத்திக் குமுறினான். அக்காவையும் குழந்தைகளையும் காப்பாற்ற இயங்கினான்.

பஸ்ஸின் ஒவ்வொரு நகர்வும் ஆபத்தை நோக்கியதாக இருந்தது. அத்தனை சனமும் எழுந்து முண்டி அடித்து நகர்ந்தது. 'குய்யோ முறையோ' என கத்திக் கதறியது. யார், இன்னார் என்று பிடிபடும் அளவில் நிலைமைகள் இல்லை.

சின்ராசு மேலும் மேலும் இயங்கினான். கூட்டுக் கதறலில் உற்சாகம் கொண்டது போல் ஆடி அசைந்தது பஸ். கிழக்கு ஓரம் ஒட்டியொட்டிச் சென்றது. விளிம்பைத் தொட்டுத் தொட்டு நகர்ந்தது. இறுதியில் பெருங்குன்றின் மீதிருந்து இடறிவிழும் யானையைப் போல் 'டமார்' என ஆற்றின் பெரும்பள்ளத்தில் சாய்ந்து குலுங்கியது.

சனங்கள் ஒருவருக்கு மேலாக ஒருவர் குவிந்தார்கள். பஸ் குலுங்கிய நொடியில் பல்டி அடிப்பது போல் சாய்ந்து உருண்டது. கூட்டம் மொத்தமும் புரண்டது. சனத்தோடு சனமாக அவனும் புரண்டான்.

பஸ்சுக்குள் தண்ணீர் புகுந்து சுவாசம் நிறுத்தும் வெறியோடு பாய்ந்து பரவியது. சனங்கள் மூச்சுத் திணறத் திணறத் துடித்தார்கள்.

அய்யய்யோ... அம்மா, அடக்கடவுளே... என்னப்பெத்த ஆத்தா... சாகப்போறமே... காப்பத்துங்களே எனும் கடைசி மரணக்கூப்பாடுகள் யாருக்கும் கேட்காமல் ஆற்று நீருக்கு மட்டுமே கேட்டு ஓய்ந்தது.

பயணப்பட்ட மக்களின் உயிர் பறித்து ஓடிக் கொண்டிருந்தது ஆற்று வெள்ளம். சின்ராசுவின் உயிரும் அதில் கலந்து ஓடியது.

போடி மாலன் நினைவுச் சிறுகதைப்போட்டி – 2014

பிரசுரத் தேர்வு

நிறுத்தம்

மீண்டும் மீண்டும் அவனுடைய நினைவுகள் அண்ணாமலை சாரையே வட்டமிட்டன. கண்டக்டரின் விசில் சத்தம், பஸ்ஸில் ஏறி இறங்கும் மனிதர்கள் எதிலும் கவனம் கொண்டதாகத் தெரியவில்லை. பஸ்ஸை ஓட்டுவதும், நிறுத்துவதும் அனிச்சையாக நிகழ்வது மாதிரி இருந்தது.

அவனது சக டிரைவர் சொன்ன தகவலில் அதிர்ச்சி அடைந்தவன் போல 'என்னது, அண்ணாமலை சார் இறந்துட்டாரா?' என்கிற ஒற்றைக் கேள்வியோடு அவனது வார்த்தைகள் நின்று போனது. மேல் எதுவும் பேசவில்லை. இன்னது என்று சொல்லமுடியாத என்னவோ போலானான். வழக்கமான மனிதாபிமானத்தால் ஏற்படும் துக்கமாக அது இல்லை. நெருங்கிய உறவில் ஏற்படும் மரணப் பதட்டமாகவும் இல்லை. அவருக்கு தான் துரோகம் எதையோ செய்துவிட்ட உணர்வில் மருகியது மனசு.

மதியம் சிப்ட் வேலைக்கு வந்தபோது பஸ் சரியான நேரத்திற்கு வரவில்லை. ஒரு மணி நேரத்திற்கு கூடுதலாக தாமதம். டிரிப்டயத்தை சரிக்கட்ட 'வண்டியை வேகமாக ஓட்டணுமே, டீசல் கூடுதலா செலவாகுமே' என்கிற பயம் அவனுக்கு. சக டிரைவர் மீது கோபம் கோபமாக வந்தது.

'ஏன் லேட்டு...? என்ன ஆச்சு?' என்று கேட்டு விடலாமா... என செல்பேசியை எடுக்க நினைத்தான். அவனது, - மூன்றாம் நம்பர்டவுன் பஸ், ஸ்டாண்டிற்குள் நுழைந்து கொண்டிருந்தது.

வண்டியை நிறுத்தியும் நிறுத்தாததுமாக தாமதத்திற்கு காரணம் சொல்வதைப் போல் டிரைவர் பேச ஆரம்பித்தார். 'ஏய், கோவாலு.... இலுப்பக்குடில ஒரு பெரிசு மண்டைய போட்டுட்டாரு, அரசமர ஸ்டாப்ல ஏறுவாருல்ல ஒயிட் அண்ட் ஒயிட், அவரு தான். ரோட்டுப்பக்கத்து வீடு. ஏகப்பட்ட கூட்டம். போக வழியில்ல. வண்டியை சுத்தியடிச்சுக் கொண்டாந்தேன்.' அவர் சொல்லி முடித்த போது சட்டென அண்ணாமலை சார்தான் அவன் நினைவுக்கு வந்தார். சகடிரைவர் மீதான கோபம் காணாமல் போயிருந்தது.

அவன் முதன் முதலாக இந்த லயனில் வந்த போதே அரசமரத்தடியில் நின்ற அண்ணாமலை சாரை மிகச் சரியாக அடையாளம் கண்டுவிட்டான்.

வயதாகியிருந்தாலும், கையில் பிரம்போடிருக்கும் கம்பீர மனிதராகவே அவரை நினைத்துப் பார்த்தான்.

. நல்ல உயரம். இறுகின உடம்பு. கையில் பிரம்பு. கம்பீர நடை. வெள்ள உடை. அவர் வகுப்பறையை நோக்கி நடந்து வருவதே ஒரு தோரணையாக இருக்கும்.

அவனுக்கு ஆறாப்பிலிருந்து எட்டாப்பு வரை அண்ணாமலை சார்தான் கிளாஸ் வாத்தியார். கோபால் என்கிற பெயரை வருகைக் கணக்கு எடுக்கும் போது மட்டும் மிகச் சரியாக கூப்பிடுவார். மற்ற நேரங்களில் 'டேய் 'மொட்டை' என்றோ, மொட்டைக் கோவாலு என்றோதான் சொல்லுவார்.

வகுப்பில் எதற்கெடுத்தாலும் அவன்தான். 'டேய், இதை கொடுத்திட்டு வா. டேய் அதை வாங்கிட்டு வா' இப்படி கொடுக்க வாங்க; எடுக்க வைக்க எதுவானாலும் அவன் தான். ஒவ்வொரு டேய்க்குப் பின்னாலும் ஒரு 'மொட்டை' அவசியம் சேர்ந்திருக்கும். சாருக்குத் தன் மீது ஒரு ஈர்ப்பு இருப்பது போல அவனுக்குப்படும்.

பெரும்பாலும் வகுப்பில் மொட்டைத் தலையனாகவே இருப்பான். எட்டாம் வகுப்பு வரை ஒரு தடவைக் கூடக் கிராப்பு வெட்டிக் கொண்டதாக நினைவில்லை. முடி வளர்ந்தால் மொட்டைதான். மாரியாத்தாளுக்கு ஒன்னு, காளியாத்தாளுக்கு ஒன்னு, சோனையயாவுக்கு ஒன்னு, முனியய்யாவுக்கு ஒன்னு என ஆறு மாதத்திற்கு ஒரு மொட்டை எல்லாம் அம்மாவின் வேண்டுதல் தான்.

அவன் படிப்பை விட்டு இருபத்தைந்து ஆண்டுகளுக்கு மேலாகியிருந்தது. லாரி கிளீனர், டிரைவர் என சேலம் பகுதியில் பல ஆண்டுகள் ஓடித் திரிந்தான். சில ஆண்டுகளுக்கு முன்தான் அரசுப் போக்குவரத்தில் வேலை கிடைத்திருந்தது.

அவன் பழைய இடத்திலிருந்து மாற்றலாகி இந்த ரூட்டில் ஓட ஆரம்பித்து இரண்டு ஆண்டுகள் ஆகியிருந்தன. அவனுக்கு அண்ணாமலை சாரைப் பார்க்கும் போதெல்லாம் 'நான் இன்னார்... இப்படி... என்று சொல்ல ஆசை. என்ன சார், எப்படி இருக்கீங்க?' என கேட்க ஆசை. வேலைக்குப் போகாத ஒரு நாளில் அவர் பக்கத்தில் உட்கார்ந்து நிறையப் பேச ஆசை.

இப்படி ஆசைகள் தலைதூக்கும் போதெல்லாம், சாருக்கு அறிமுகமானால் அவர் வீட்டெதிரே நிறுத்தி ஏற்றி இறக்க வேண்டியிருக்குமோ எனும் பயம் தலைதூக்கும். 'தம்பி! யாரா இருந்தாலும், என்ன பழக்கமானாலும் கண்ட எடமெல்லாம் ஏத்தி எறக்காதே. எல்லாம் ஸ்டாப் ஆக்கிடுவாங்க. ஒரு எடத்துல நிறுத்தி ஓட்னா ஐம்பது மில்லி டீசல் செலவு. நிர்வாகம் கேக்குறதுக்கு பதில் சொல்ல முடியாது'. என சக டிரைவரின் எச்சரிக்கை எதிரொலிக்கும்.

நிர்வாகம் சொன்ன கணக்கில்தான் வண்டி ஓட்டணும். லிட்டர் டீசலுக்கு இத்தனை கிலோமீட்டர். இத்தனை கிலோமீட்டர் ஓட்டினால் இவ்வளவு டீசல் செலவு. சொன்ன கணக்கை விட அதிகமானால் செலவுக்கேற்ற தண்டனை.

இம்மி கூடினால் டீசல் கிளர்க் முறைப்போடு முனங்குவார். கொஞ்சம் கூடினால் எ.இ.சார் ஆத்திரத்தோடு உறுமுவார். இன்னும் கூடினால் மேனேஜர் வசவோடு அதட்டுவார். அதையும் தாண்டினால் அடுத்த மேலதிகாரியை பார்க்கணும். வழக்கமா ஓடுற வண்டியைவிட்டு இறங்கணும். புதுசு மாதிரி வண்டி ஓட்டிப் பழகணும். இப்படியான நிர்வாக நடைமுறைகள் நின்று பயமுறுத்தும்.

டீசல் தண்டனையை நினைத்தாலே நிறுத்தங்கள் அருவருப்பாய் அணிவகுக்கும்.

வேப்பமரம், அரசமரம், ஆலமரம், புளியமரம் என விதவிதமான மரங்கள். கருப்பர் கோவில், காளி கோவில், முனியன் கோவில் என வகை வகையான சாமிகள். லேனா விலக்கு, கானா விலக்கு என விலகும் பாதைகள். எல்லாமே நிறுத்தங்கள்.

நிர்வாகம் வரையறுத்த நிறுத்தங்கள். வலுத்தவனை இறக்கி ஏற்றிய நிறுத்தங்கள். கெஞ்சிக்கேட்டு இறங்கி பின் உரிமை கொண்டாடிய நிறுத்தங்கள். சாதிச் சண்டையில் வழக்காடி அக்கம் பக்கமாய் உருவான நிறுத்தங்கள். அத்தனையும் நிறுத்தங்கள்.

நிறுத்தங்கள் இல்லாமல் இருந்தால் டீசல் எவ்வளவு மிச்சம் என்று பைத்தியகாரத்தனமாகக் கணக்குப் போட்டுக் கசப்பாகச் சிரித்தான். சிக்காளி, வயசாளி, பிள்ளைத்தாய்ச்சிக்குக் கூட இரக்கப்பட முடியாத டீசல் கணக்கு.

அவனது இளகின மனசை வண்டி ஓட்டும் தருணங்களில் இறுக்கமாக்கிக் கொள்ள வேண்டியிருந்தது. அவனுக்கு விருப்பமான அண்ணாமலை சாரிடம் பேசும் ஆசை கடைசிவரை பதுங்கிக்

கொண்டிருந்தது. வணக்கம் சொல்ல எத்தனையோ முறை நெற்றியை நெருங்கிய வலதுகையை வெடுக்கென்று இழுத்துக்கொள்ளும் வேதனை, அவரது மரணம் வரை நீண்டிருந்தது. டீசல் கணக்கு அவனைப் பாடாய்ப்படுத்தியது.

வண்டி மெதுவாகப் போய்க் கொண்டிருந்தது. தாமதத்தை சரிசெய்ய வேகமாக ஓட்டும் எண்ணம் எதுவும் எழவில்லை.

இதுவரை சாரின் மீது குவிந்திருந்த அவனது நினைவுகளை கோட்டைக்கரை முனியய்யா கோவிலின் சிதைந்த கமலைக்கிணறு தன்பக்கம் திருப்பியது. எவ்வளவு நீர்பாய்ச்சி எத்தனை செடிகள் வளர்த்த கிணறோ... அந்தக் கிணற்றுடன் பொருந்திய மக்கிப்போன மரத்தூண்களை மரங்கொத்திகள் பதம் பார்த்துக் கொண்டிருந்தன. அண்ணாமலை சாரிடம் தான் நடந்து கொண்ட விதம் மனசை அழுத்திப் பிசைந்தது அவனுக்கு.

வண்டி சாரின் வீட்டை நெருங்கிக் கொண்டிருந்தது. பெருங்குழப்பத்தில் இருந்தான். ஏதோ செய்ய வேண்டும் போலிருந்தது. என்ன செய்வதென்று விளங்கவில்லை.

பஸ் அரசமர நிறுத்தத்திற்கு வந்திருந்தது. திடீரென வலதுகையை நெற்றிக்குக் கொண்டு போய் வணக்கம் வைத்தான். வண்டியில் இருந்த சனங்களுக்கு எதுவும் விளங்கவில்லை. வியப்பாக பார்த்தனர்.

சில வினாடிகளில் வண்டி நகர்ந்து வீட்டு வாசலுக்கு வந்திருந்தது. அங்கு பெரிதாகக் கூட்டம் எதுவும் இல்லை. எல்லாம் முடிந்திருந்தது. முதல்முறையாக துணிச்சலோடு வீட்டெதிரே வண்டியை நிறுத்தினான். வண்டியை விட்டு இறங்கி வீட்டின் முன் நின்று தலைக்கு மேல் இருகைகளையும் உயர்த்திக் கும்பிட்டான். "நான் மொட்டை கோவாலு சார். உங்களிடம் படிச்சவன் சார்" என கண்ணீர் சிந்தி அவருக்கு நினைவூட்டுவதைப் போலப் பேசினான்.

2015

9 789388 126540